கொலை கொலையாம் முந்திரிக்கா

முதற்பதிப்பு: 2023
First Edition: 2023

Kolai Kolaiyam Mundhirikka

கொலை கொலையாம் முந்திரிக்கா

Pattukottai Prabakar

பட்டுக்கோட்டை பிரபாகர்

ISBN: 978-93-95166-04-1

Pustaka
EBooks | Audiobooks | Paperback

Pustaka Digital Media Pvt. Ltd.
#7-002, Mantri Residency,
Bannerghatta Main Road, Bengaluru - 560 076
Karnataka, India

+91 7418555884

கொலை கொலையாம் முந்திரிக்கா

பட்டுக்கோட்டை பிரபாகர்

Pustaka
EBooks | Audiobooks | Paperback

அத்தியாயம்

1

இ.பி.கோ. - 307: கொலை செய்ய முயற்சித்தல்.

தண்டனை: பத்தாண்டுகள் வரை சிறை மற்றும் அபராதம்.

நேற்றைய இரவின் அக்கிரமங்களைக் கண்டு மனம் வெறுத்து விஷம் குடித்து உடல் முழுக்க நீலம் பாரித்துக் கிடந்தது இன்றைய வானம்.

அந்தக் கடைசி நட்சத்திரமும் விடைபெற்றுக் கொண்டது.

இந்த வண்ணத்துப் பூச்சி படபடவென்று அடித்துக் கொண்டது. இதழில் லேண்டிங் ஆகி 'குட்மார்னிங் மலரே!' என்றது. முத்தமிட்டு ஸ்ட்ரா இல்லாமல் தேன் உறிஞ்சியது. 'நன்றி மலரே!' என்றது; பறந்தது.

பெண் பிள்ளைகள் வாசல்களில் குனிந்து குனிந்து கோலம் போட, எழுப்பப்பட்ட குழந்தைகள் முனகிவிட்டுத் தொடையின் குறுக்காய் தலையணையை வைத்துக் கொண்டு இடம் மாற்றிக் கொண்டு உறங்க, அம்மாக்கள் ஊதி ஊதி வென்னீர் அடுப்பை மூட்டிவிட்டு ஸ்டவ்வுக்கு ம.எண்ணெய் ஊற்றிக் காபி தயாரிக்க, அப்பாக்கள் மொன்னை பிளேடு கொண்டு தாடையில் வெட்டிக் கொள்ள, பால் வாங்க, பல்பொடி வாங்க, மக்கள் சாலையில் இறங்க...

ஒரு புதுநாளின் சலவைத் துவக்கம்.

எழும்பூர் ரயில்வே ஸ்டேஷனுக்கு வெளியே பாதையோரங்களின் கார்ப்பரேஷன் பெருக்கிக் கொண்டிருந்தது. (நிஜமாவா?) உள்ளே வந்து நின்ற ரயிலிலிருந்து பிரயாணிகள் உதிர்ந்தனர்.

போர்ட்டர்கள் மாடி வீடு கட்ட ஆசை கொண்டு கூலி கேட்டார்கள். 'ஊருக்குப் புச்சான' கிராக்கிகளுக்காக ஆட்டோக்கள் காத்திருந்தன.

ஸ்டேஷனை விட்டு வெளியே வந்தவர்கள் சூட்கேசுடன் லாட்ஜ் லாட்ஜாய் அலையத் தொடங்கினார்கள்.

அவன் மிக நிதானமாய் நடந்து வெளியே வந்தான், சின்னதாய் கைப்பெட்டி வைத்திருந்தான். (அதற்குள் 'ஒன்று' வைத்திருக்கிறான். அவன் சூட்கேசைத் திறக்கும் போது சொல்லப்படும்?)

புருவங்கள் அடர்த்தியாய், மீசை நேர்த்தியாய் கண்ணாடி பொருத்தமாய், ஸ்டெப் தலை அழகாய், கழுத்தைச் சுற்றி ஒரு மப்ளர் பரமசிவன் கழுத்துப் பாம்பாய் காணப்பட்டான்.

“சார். டாக்ஸில போகலாமா?”

“வேண்டாம்.”

சாலையைக் குறுக்கே ஜாக்கிரதையாய்க் கடந்தான்.

“பூ வாங்கிக்க சாரு?”

“வேண்டாம்.”

பத்திரிகைகள் காய்த்துத் தொங்குகிற ஒரு மரத்தை அணுகி “சிகார் கல் இருக்கா?” என்றான்.

“இல்லை சார்.”

“அப்போ தீப்பெட்டி கொடுங்கோ.”

“காலங்கார்த்தாலே அஞ்சு ரூபா நீட்டினா எப்படி? சில்லறை இல்லையே?”

“ஒரு பூவாளி, ஒரு சிக்லெட் பாக்கெட், ஒரு தீப்பெட்டி கொடுங்கோ.”

கொடுத்தான்; வாங்கிக் கொண்டான், நடந்தான்.

பணத்தை வாங்கிய போதும், பாக்கி கொடுத்தபோதும் அந்தக் கடைக்காரன் அவன் கரத்தைக் கவனிக்கவில்லை. கவனித்திருந்தால், அவன் ஆச்சரியப்பட்டுப் போயிருப்பான்!

ஒரு குறிப்பிட்ட லாட்ஜிற்குள் நுழைந்தான். வரவேற்பு மேசையில் சந்தனம் வைத்துக் கொண்டு சுறுசுறுப்பாய் இருந்தவன் அவன் கேட்காமலேயே “சிங்கிள் ரூம் இல்லை சார்!” என்றான்.

“டபிள்?”

“இருக்கு.”

“சரி கொடுங்க.”

நீண்ட ஒரு செவ்வக லெட்ஜரை அவன் பக்கம் திருப்பிப் பேனாவை நீட்டினான். வாங்கி நிதானமாய் அதைப் பூர்த்தி செய்தான். சாவி வாங்கிக் கொண்டான் அட்வான்ஸ் பணம் கொடுத்துவிட்டு,

“செகண்ட் ஃப்ளோர் சார். பையன் காபி வாங்கப் போயிருக்கான்.”

“பரவாயில்லை.”

தன் அறைக்கு வந்து கதவைச் சாத்தினான். சட்டை பாண்டை உதறினான். கைப்பெட்டியைத் திறந்து துண்டும், சோப்புப் பெட்டியும் எடுத்தான். அந்த ‘ஒன்றை’ மட்டும் எடுக்கவில்லை! ஒருவேளை ‘அது’ அடியில் உடைகளின் மறைவில் இருக்கிறதோ?

பதினைந்து நிமிடங்கள் குளித்தான். இரண்டு நிமிடங்கள் தலை சீவினான். மூன்று நிமிடங்கள் உடையணிந்தான். கட்டிலில் உட்கார்ந்தான். சட்டைப் பையிலிருந்து நான்காய் மடித்த காகிதத்தை எடுத்துப் பிரித்தான்.

‘எல். உஷாராணி, 47, ஏ. குமரேஷ் காலனி, கே.கே. நகர், சென்னை - 78.’

கலைஞர் கருணாநிதி நகரில் குமரேஷ் காலனியில் 47, ஏ.யில் வசிக்கும் ‘எல்’ இன்ஷியலாகக் கொண்ட உஷாராணி மிகவும் உற்சாகமாய் குளித்துக் கொண்டிருந்தாள்.

பாத்ரூம் கதவில் துவாரங்கள் கிடையாது. ஆகவே குளியல் வர்ணனைக்கு வாய்ப்பில்லை.

அவள் குளித்து வரும்வரை தேசிய பானாசோனிக் நாடா ரிகார்டர் வழங்கிக் கொண்டிருந்த ‘டு த லிமிட் விகோ’ பற்றியும், சாயம்போன கிளிப்பச்சையில் சன்னல் சன்னலாய் அசைந்து கொண்டிருக்கும் திரைச் சீலைகள் பற்றியும் சுவரில் பூப்பூவாய் விரியும் கடிகாரம் பற்றியும், இன்னும் மார்ச் மாதத்தை விட்டுத் தாண்டிவராத மாதக் காலண்டர் பற்றியும், (ஏழு எட்டு, ஒன்பது தேதிகள் பென்சிலில் வட்டமிடப்பட்டு, ஏன்?) சோபா - வா படுக்கை

எதிரே குள்ள ட்ரே மேல் சிதறிக்கிடக்கும் சில பத்திரிகைகள் பற்றியும் சொல்லலாம். ஆனால்?

உஷா வெளியே வந்துவிட்டாள், துண்டு சுற்றிக்கொண்டு தான்!

முந்தைய பெரிய பாராவில் சொல்லவிட்டுப் போன சின்ன ட்ரெஸ்ஸிங் டேபிள் மேல் இருந்த கோட் பெட்டி. சேலை சில்க் ராபி வஸ்துக்களை எடுத்து ட்ரெஸ்ஸிங் டேபிளுக்கு அருகே உள்ள சன்னலின் திரை காற்றில் அசையும் போதெல்லாம் எச்சில் விழுங்கி எதிர் மாடியில் ஒருவன் உடற்பயிற்சி செய்து கொண்டிருப்பதை அறியாமல் நிதானமாய் கொக்கி மாட்டி, நிதானமாய் நாட் போட்டு, நிதானமாய் உடலுக்குத் தலைப்புக் கொடுத்தாள்.

அந்த சதுர ஹாலுக்கு அடுத்து இருந்த சமையலறை சென்று காபி கலந்து குடித்தாள். வெளியே வந்தாள். நேரம் பார்த்தாள், 'இன்னும் அரை மணி கழித்துப் புறப்பட்டால் போதும்.'

சோபாவில் அமர்ந்து சித்திரத் தொடர்கதை படித்தாள்.

அவன் படித்ததை நான்காக மடித்து பாக்கெட்டுக்குள் வைத்துக் கொண்டான். அவசரமில்லாமல் சாக்ஸ் மாட்டிக் கொண்டு ஷூ வில் நுழைந்து கொண்டான். சின்னதாய் லால்பகதூர் சாஸ்திரி போல ஒரு கோட் அணிந்து கொண்டான்.

சூட்கேசைத் திறந்து கர்சிப் எடுத்துக்கொண்டான். இன்னும் எதையோ ஒன்றை அடடா! அது என்ன என்று பார்ப்பதற்குள் அவசரமாக எடுத்து வைத்துக் கொண்டு விட்டான்.

புறப்பட்டான்.

படிகளை எண்ணிக் கொண்டே இறங்கினான். லாட்ஜை விட்டு வெளியே வந்து ஹோட்டல் சென்று டிபன் சாப்பிட்டு டிப்பி சிகரெட் புகைத்துக் கொண்டு நடந்தான்.

எவனோ, "நல்லது, ஜென்டில்மேன்களே, இந்த வருடம் நமது கம்பெனி நிகர லாபமாகப் பதினேழு லட்சங்களை

அடைந்திருக்கிறது” என்று பேசுவதற்காக, பாவம், பெண்கள் எல்லாம் ஈரத்தலையைக் கூடச் சரியாய் துவட்டாமல் சூடான டிஃபன் பாக்ஸ்களோடு பஸ்களுக்குக் காத்திருந்தார்கள்!

அவன் சாலையை ஓடிக் கடந்து ஸ்டேஷனுக்குள் நுழைந்தான். ரிசர்வேஷன் கவுண்டரில் க்யூவில் நின்றபோது சிக்லெட் மென்றான்.

டிக்கெட்டை பாண்ட் ஹிப் பாக்கெட்டில் செருகிக் கொண்டு வெளியே வந்து கையைச் சொடுக்கி ஆட்டோ ரிக்ஷாவை அழைத்தான்.

“கே.கே. நகர். இரு. இரு. ஒரு நிமிஷம்” என்று இறங்கிப் பூக்காரியிடம் வந்து பத்துப் பைசா குறைத்துப் பேரம் பேசாமல் ஒரு ரூபாய் வாங்கிக் கொண்டான். ஆட்டோ ஓடியது.

சாலையோரங்களில் போன வாரத்து உயரக் கட்டிடங்கள் இந்த வாரத்தில் குள்ளக் கட்டிடங்களாக மவுசிழந்து கொண்டிருந்தன. சட் சட் என்று ஜிகினா வைத்த உயரமான கமலஹாசன்கள், ரஜினிகாந்த்கள் கடந்து போனார்கள்.

கறுப்பு கன்வேயர் பெல்டாய் சாலை ஓடிக் கொண்டிருந்தது.

இன்னொரு சிகரெட்ட பொருத்திக் கொண்டான்.

பூப் பொட்டலத்தை அருகில் வைத்தான்!

‘ஏதோ என்னாலான அன்புப் பரிசு இன்னும் ஒரு பரிசு வைத்திருக்கிறேன். அதற்குத் திட வடிவம் இல்லை?’

“கே.கே. நகர் வந்தாச்சு சார்.”

“குமரேஷ் காலனி தெரியுமா?”

“தெரியும் சார். ரொம்ப உள்ளே போகணும். சேர்த்துக் கொடுக்கணும் சார்.”

“சரி போ, தர்ரேன்.”

அந்தப் பரிசிற்குத் திரவ வடிவமும் இல்லை.

“இதுதான் குமரேஷ் காலனி நம்பர் தெரியுமா?”

“தெரியும். ஆனா இங்கேயே நிப்பாட்டு இறங்கிக்கிறேன்.”

“யாருக்கும் தெரியாமல் தந்திக் கம்பக் குருவிக்கும், முருங்கை மரத்து அணிலுக்கும் கூடத் தெரியாமல் அப்பரிசைத் தருவேன் கண்ணே”

எண் பார்த்து நடந்தான், 43... 44... 45... 46... 47? கடைசி வீடு.

தலையை நிமிர்த்தி மாடியைப் பார்த்தான். 47, ஏ.

தனியாய் புறப்பட்டன படிகள்.

‘374 நாட்களாய், நான் தேடிய என் முத்தே! சௌக்கியமா?’

படிகளில் விடு விடுவென ஏறினான். ஏறியபோது சின்ன கோட் அசைந்தது. அசைந்தபோது உள் பாக்கெட் தெரிந்தது. அங்கே புதுசாய் மின்னிக்கொண்டு அமர்ந்திருந்தது ஒரு கத்தி!

✲ ✲ ✲

அத்தியாயம்

2

இ.பி.கோ. - 300: கொலை செய்தல்.

தண்டனை: இ.பி.கோ. – 302 படி மரணம் அல்லது ஆயுள் தண்டனை.

"உங்க பேர் என்ன?" என்றான்.

என்றவனுக்கு வயது முப்பது இருக்கலாம். "கீதா" என்றாள்.

என்றவளுக்கு இளமை நிறைய இருந்தது.

மகாபலிபுரத்தில் மத்தியான மணல் அவர்களைச் சுடவேயில்லை. ஆட்டோமேடிக் மெஷினில் தயாரிப்புப் பொருள் மாதிரி அதுபாட்டிற்கு அலைகள் வந்து போய்க் கொண்டிருந்தன.

"நான் உண்மையான பேரைக் கேட்டேன்."

"பேர் முக்கியமா?"

"இல்ல, எதாச்சும் பேசணுமே?"

"பேசலாமே? என்னைக் கல்யாணம் பண்ணிக்குவீங்களா?"

"என்ன?" என்று அதிர்ந்தான்.

"ஏன் பயப்படறீங்க? சும்மா விளையாட்டுக்குக் கேட்டேன்."

"என்னைப் பத்தி என்ன நினைக்கிறீங்க?"

"மொதல்ல இந்த வாங்க, போங்கவே ரொம்பக் கஷ்டமா இருக்குது. இவ்வளவு மரியாதை யாரும் கொடுத்ததில்லை, ஏன் விரல் எல்லாம் நடுங்குது?"

"நான் ரொம்பப் பயந்த சுபாவம். இது எங்கப்பாவுக்குத் தெரிஞ்சா என்னைக் கொன்னுடுவார்."

"அவ்வளவு பயமா அப்பாக்கிட்டே?"

"ஆமாம். நீங்க காலேஜ்ல படிக்கிறீங்களா?" சிரித்தாள்.

"ஏன் சிரிக்கிறீங்க? நடராஜன் சொன்னார். அதான் கேட்டேன்."

"அதெல்லாம் சும்மா அட்ராக்ஷனுக்காகச் சொல்லியிருப்பார். இப்போ சுலபமா ஆமான்னு சொல்லிட முடியும். ஆனா பொய் சொல்ல விரும்பலை. நான் சந்திக்கிற வித்தியாசமான நபர் நீங்க! மூணு மணி நேரமா உங்க கூட இருக்கேன். இன்னும் தொடலை நீங்க!"

நெளிந்தான்.

"உங்க பேர் என்ன சார்?"

"விசுவம்."

"எங்கே தங்கியிருக்கிங்க?"

"அசோக் நகர்ல எங்க பங்களால தான்."

"உங்க பங்களாவா?"

"அப்பாவுக்கு இது ஒரு பொழுதுபோக்கு மாதிரி. கொடைக்கானல்ல ஒண்ணு, குற்றாலத்திலே ஒண்ணுன்னு நிறைய வாங்கிப் போட்டிருக்கார்."

"இங்கே யார் இருக்கா?"

"கிருஷ்ணன்னு ஒரு வேலைக்காரனும் அவன் சம்சாரமும் இருக்காங்க தோட்டத்துக்குத் தண்ணி ஊத்தி, வீட்ல தினம் ஜன்னல், கதவு எல்லாம் துடைச்சு வப்பான். நானோ அப்பாவோ தம்பியோ வந்தாத் தங்கிப்போம்."

"கல்யாணமாய்டுச்சா சார்?"

"ஆகி, ரெண்டு மாசத்திலே இறந்து போய்ட்டா, வந்து இதான்... இதான் எனக்கு மொதத் தடவை இப்படி உங்களை மாதிரிப் பெண்ணுங்களைக் கூப்பிடறது எடுத்தவுடனே நேராப் படுக்கைக்குப் போறது பிடிக்கலை. அதனால்தான்... அவர் பேர் என்ன?"

"நடராஜன்."

"ம், நடராஜன்கிட்டே சொன்னேனே இந்த மாதிரி ஒரு நாள் முழுக்க என் கூட இருக்கணும், டீசண்ட்டா இருக்கணும்னு. சொல்லிட்டேனே யொழியக் காலையிலேர்ந்து பயம்தான்."

"இதிலே பயப்பட என்ன இருக்கு?"

"உங்களுக்குத் தொழில். எனக்குப் புதுசுதானே? கிருஷ்ணனைக் கூட ஊருக்கு அனுப்பிட்டேன்."

"யாரு கிருஷ்ணன்"

"அதான் சொன்னேனே பங்களால இருக்கான்னு. சம்சாரம் புள்ளைத்தாச்சி பிரசவத்துக்காகப் பாண்டிச்சேரி போயிருக்கா. 'நீயும் போடா, போய் அவ பக்கத்திலே ரெண்டு நாள் இருந்துட்டு வா'ன்னு அனுப்பிட்டேன்."

"இன்னும் எவ்வளவு நேரம் இங்கே உட்கார்ந்திருக்கலாம் சார்?"

"ஸாரி, போகலாம் மெட்ராஸ் போய் நல்ல ஹோட்டல்ல சாப்பிட்டுக் கொஞ்சம் சுத்தலாம் பர்ஸ்ட் ஷோவுக்கு இங்கிலீஷ் படத்துக்கு டிக்கெட் ரிசர்வ் பண்ணி வச்சிருக்கேன்" என்று எழுந்தான் விசுவம்.

"ஏற்பாட்ல எல்லாம் பயந்த சுபாவம் தெரியலை" என்று எழுவதற்காக அவனை நோக்கிக் கரம் நீட்டினாள்.

பட்டும்படாமல் பிடித்துத் தூக்கினான். சரிந்த சேலையைச் சரி செய்து கொண்டு மண்டைக்கு மேலே செருகி விட்டிருந்த கூலிங்கிளாசைக் கண்ணுக்குக் கொண்டு வந்தாள்.

நடந்து தன் அம்பாஸ்டர் காருக்கு வந்தான். ஏறிக் கொண்டதும் ஏறிக் கொண்டாள். கதவின் கண்ணாடிகளை ஏற்றி விட்டுவிட்டு ஸ்டாட் செய்தான்.

"எத்தனை கார் இருக்கு உங்க அப்பாவுக்கு?"

"மூணு. பணம் இருக்குதுங்க நிறைய"

"இன்னொரு கல்யாணம் பண்ணிக்கலையா?"

"ம்... யோசிக்கிட்டிருக்கேன்"

கார் சென்னையை நோக்கி ஓடிக் கொண்டிருந்தது.

விசுவம் சிறிது தைரியம் பெற்று ஒரு கையை மெதுவாக அவள் தோளில் போட்டான்.

“அப்பா! எவ்வளவு தயக்கம்!” என்றாள். நெருங்கி அமர்ந்தாள்.

‘நண்டு ஊறுது, நரி ஊறுது’ “விளையாடின விரல்கள்.”

“டாக்டர் ஒருவரால் உருவாக்கப்பட்ட பற்பசை.”

கதவைத் தள்ளிக் கொண்டு உள்ளே நுழைந்தார்கள்.

ஏ.சி. தொட்டது. கண்கள் தற்காலிகமாய்க் குருடாகியது. டிக்கெட்டில் டார்ச் அடிச்சு வழி காட்டப்பட்டார்கள்.

“ஆரோக்ய வாழ்வினிலே காப்பது” அமர்ந்தார்கள்.

“நல்லவேளை, படம் இன்னும் ஆரம்பிக்கலை.”

“ஆமாம், ஆரம்பிக்கலை.”

“அதுக்குள்ளே நீங்க ஆரம்பிச்சிங்களா? நீங்களா பயந்த சுபாவம்?”

“வெண்மைக்கு வெண்மையளித்திடும் ஒரே டிடெர்ஜெண்ட் சோப்.”

“இந்த சோப்தான் உபயோகிக்கிறியா உன் பல்லுக்கு?”

“அட! ஜோக்கூட அடிப்பீங்களா என்ன? ஒரு ஹெல்ப் செய்றிங்களா சார்?”

“என்ன கீதா?”

“மோதிரத்தைக் கழட்டிடுங்களேன் ப்ளீஸ்.”

“ஸாரி.”

கையை எடுத்துக் கொண்டான் விசுவம்.

“பயிர்கள் செழிக்க பூச்சிகள் ஒழிக்கப்பட.”

தத்தித் தத்தி வரிசையை விட்டு வெளியே வந்து, பாப்கார்ன் பாக்கெட்டுகள் முணுமுணுக்க உள்ளே வந்து அமர்ந்தான்.

இடைவேளையில் லிம்கா குடித்தார்கள்.

படம் விட்டதும், புறப்பட்டதும் காரில் கேட்டான்:

"நீ குடிப்பியா?"

"எப்பவாவது."

"நான் ரகசியமாக் குடிப்பேன். வாங்கி வச்சிருக்கேன். எனக்கு கம்பெனி தருவியா?"

"ஓ இப்ப நேரா உங்க பங்களாவுக்கா போறோம்?"

"ஆமாம், கீதா! நல்ல அழகாவே இருக்கே. நீ எப்படி."

"நினைச்சேன். என்னடா இந்த ஆள் காலையிலேர்ந்து இந்தக் கேள்வியைக் கேக்கவே இல்லையேன்னு அதெல்லாம் எதுக்கு மிஸ்டர் விசுவம் இப்போ? ராத்திரி பத்தே கால் மணி, அழவேண்டிய நேரமில்லை. அணைக்க வேண்டிய நேரம்."

அவன் கையை எடுத்துத் தன் தோளில் சுற்றிக் கொண்டு சட்டென்று அவனுடைய கன்னத்தில் முத்தமிட்டாள்.

கார் சாலையில் தடுமாறி இப்படி அப்படி அலைந்து பின் மறுபடி நேராய் ஓடியது.

காலையில் சீக்கிரம் எழுந்து கரையவேண்டும் என்று காக்காய்கள் உறங்கி விட்டன. இரண்டாம் காட்சி சினிமாவுக்காக தியேட்டர்களில் மக்கள் முட்டிக் கொண்டிருந்தனர். ஆபீஸ் செல்லும் கணவர்கள் "மிச்சப் பாத்திரத்தைக் காலையிலே அலம்பிக்கக்கூடாதா?" என்று கட்டிலில் அமர்ந்து முனகினார்கள்.

"ய்யப்பாடி! எப்பவாச்சும் வந்து தங்குறதுக்காக இவ்வளவு பெரிய பங்களாவா?" என்றாள் கீதா.

"பணம் பங்களாங்கற வடிவத்திலே இருக்கு. பணத்தைச் சும்மா அடுக்கி அடுக்கி வச்சிருந்தா கரையான் அரிச்சுடாது?" என்றான் விசுவம்.

படிகளில் வேலைப்பாடு இருந்தது. சுவர்களில் டிசைன் பேப்பர்கள் ஒட்டப்பட்டிருந்தன.

"வா, மாடிக்குப் போகலாம்."

விசுவத்தின் அறை மெல்லிய நிறத்தில், இதமான மணத்தில் கவர்ந்தது.

"உட்காரு" என்றான்.

"அய்யகோ! உட்கார்ந்து இன்னும் பேசிக்கிட்டேதான் இருக்கப் போறோமா?" என்றாள்.

"நோ, இனிமே ஆக்ஷன்" என்றான். சட்டென்று இழுத்து அணைத்தான்.

அருகே கட்டிலில் சாய்ந்தான்.

முன்புறத்தில் பட்டன்கள் நான்கு நீக்கினான்.

முதுகில் கொக்கி கழற்றினான்.

"மெதுவா... ஏய்... மெதுவா... என்ன அவசரம்?" என்றாள். மேலே பேச உதடுகளை அவன் அனுமதிக்கவில்லை.

லேசாய் வியர்த்து எழுந்தான்.

"ஹலோ மிஸ்டர் பயந்த சுபாவம்!" என்றாள்.

வெட்கமாய் சிரித்துவிட்டு, "ஒரு நிமிஷம்" என்று சொல்லிவிட்டு அறையுடன் ஒட்டிய பாத்ரூமுக்குச் சென்றான்.

பத்து நிமிடம் கழித்துத் துண்டினால் முகத்தைத் துடைத்துக் கொண்டே வெளியே வந்தான் விசுவம்.

"அதென்ன கீதா மூஞ்சையைத் தலையணையால் மூடிக்கிட்டு வெட்கம்?" என்று மெல்லச் சிரித்தான். கப்போர்டு நோக்கி சென்று பிராந்தி பாட்டிலுடன் கட்டிலை நெருங்கி...

உறைந்து போனான்!

என்ன இது? கண்களை உதறிப் பார்த்தான்.

ஒரு தலையணை, படுக்கையில் கால் பங்கு எல்லாம் செக்கச் செவேல் என்று ரத்தம் பரவியிருந்த அவளின் மார்பில் இருந்து ஜிகுஜிகு என்று இன்னும் ரத்தம் வந்து கொண்டே இருந்தது. முகத்தின் மேல் இருந்த தலையணையை நடுங்கும் விரல்களுடன் எடுத்தான்.

விழிகள் மேலே சென்று விறைத்துக் கொண்டிருக்க, இறந்து போயிருந்தாள்!

✲ ✲ ✲

அத்தியாயம்

3

இ.பி.கோ. - 202: நடந்திருக்கும் குற்றம் ஒன்றைப் பற்றி அறிந்தும், வேண்டுமென்றே போலீசுக்குத் தகவல் கொடுக்காமல் இருத்தல்.

தண்டனை: ஆறு மாதம் ஜெயில் அல்லது அபராதம் அல்லது இரண்டும்.

விசுவத்தின் நரம்புகள் எல்லாம் விரைந்துக் கொண்டன. முகம் உடனடியாய் வியர்த்தது. மண்டைக்கு ரத்தம் பாய்ந்தது.

'மை காட்! மை காட்! நான் பார்ப்பது உண்மைதானா? இது கனவில்லையே? ஆங்கிலப் படமில்லையே? என் அறைதானா இது? சற்று முன் நான் தொட்ட பெண்தானா இது?'

இன்னும் அவனால் பார்க்கப்படுகிற காட்சியின் உண்மையை முழுமையாய் உணர முடியவில்லை.

கீதாவின் மார்புக்கருகில் இன்னும் கொஞ்சம் ரத்தம் தயங்கி வந்து கொண்டிருந்தது. நிசப்தம்.

பத்து நிமிடம் பாத்ரூம் போய் வருவதற்குள் ஒரு சத்தம் இல்லாமல் ஒரு திமிறல் இல்லாமல் இப்படிக் கொலை செய்தது யார்?

ஜஸ்ட் டென் மினிட்ஸ். பத்து நிமிடம் கூட இருக்காது. அதற்கும் குறைவுதான். அவளிடமிருந்து விடுபட்டேன். 'ஹலோ மிஸ்டர் பயந்த சுபாவம்!' என்றாள். சிரித்தேன். 'ஒரு நிமிஷம்' என்றேன். பாத்ரூம் உள்ளே போனேன். முகம் கழுவினேன். சோப் போட்டேன். மறுபடியும் கழுவினேன். துடைத்துக் கொண்டேன். திரும்பி வந்தேன். வித் இன் டென் மினிட்ஸ்.

போன நிமிடம் என்னைக் கொஞ்சியவள் இப்போது மரணத்தைக் கொஞ்சிக் கொண்டிருக்கிறாள். போன நிமிடம் மனுஷி. இப்போது பிணம்.

கொலைகாரன் இன்னும் இங்கே என் பங்களாவுக்குள்ளேயே இருக்கிறானா? குடலுக்குள் ஜிவ் என்று ஒரு பயம் கவ்வியது.

'இருக்கலாம், அல்லது ஓடியிருக்கலாம். எப்படி உள்ளே வந்தான்?'

காரை விட்டிறங்கி வீட்டுக்குள்ளே வந்தபோது நான் வாசல் கதவைச் சாத்தவில்லை.

'எங்கள் பின்னாடியே தொடர்ந்து வந்திருக்கிறான். வீட்டுக்குள் வந்து மாடிக்கு வந்த பின் வீட்டுக்குள் அவன்

நுழைந்திருக்க வேண்டும். மாடியில் அறைக்குள் நுழைந்த பின் மாடிக்கு வந்திருக்கிறான். கதவு மறைவில் காத்திருக்கிறான். எல்லாவற்றையும் 'மைகாட்' எல்லாவற்றையும் பார்த்திருக்கிறான். நான் எழுந்து பாத்ரூம் செல்வதையும் பார்த்திருக்கிறான்.

உடனே உள்ளே பாய்ந்து தலையணையில் சத்தம் வராமல் அவள் முகத்தைப் பொத்தி, அவள் என்ன ஏது என்று உணரும் முன்னால், சரியான இடத்தில் சரியான படிக்குக் கத்தியால் குத்தி, மறுபடி குத்தி, இறக்கும்வரை குத்திவிட்டு உடனே வந்த வழியாகப் பாய்ந்து...'

விசுவம் அறையின் வாசல் கதவைப் பார்த்தான். நன்றாய் முழுக்க விரித்திருந்திருக்க, சட்டென்று அறையை விட்டு வெளியே வந்தான். கண்ணில்பட்ட அத்தனை சுவிட்ச்களையும் போட்டு வெளிச்சமாக்கிக் கொண்டு, மூலையில் திரை இருக்கும் உயரமான கம்பைக் கையில் எடுத்துக் கொண்டு மாடிப்படிகளுக்கு வந்தான்.

கீழே ஹாலைப் பார்த்தான்.

சோபாக்கள் மௌனமாக பேசிக்கொண்டிருந்தன. சப்தமான நிசப்தம்! மெதுவாய். ஒவ்வொரு படியா இறங்கினான். கைகள் லேசாய் நடுங்கின. நெற்றியில் வியர்வை முத்துக்கள் தொங்கின.

பங்களாவின் வாசல் கதவு திறந்திருந்தது. 'கரெக்ட்' நான் நினைத்ததுதான் சரி. சொந்த வீடு போல சுலபமாய் உள்ளே நுழைந்து, கொன்றுவிட்டு, அமைதியாய் ஏறிக்குதிக்க வேண்டிய சிரமங்கள் எதுவும் இல்லாமல் வந்த வழியாய்த் திரும்பிக் கச்சிதமாய் முடித்து விட்டான்.

வெளியில் வந்தான். வாசலில் விசுவாசத்துடன் கார் நின்று கொண்டிருந்தது. காம்பவுண்ட் கேட் மூடியிருந்தது.

காரை உள்ளே நிறுத்திவிட்டுப் போய் காம்பவுண்ட் கேட்டை மூடிக்கொண்டு வந்தேன். நினைவிருக்கிறது.

கொலைகாரன் போய்விட்டானா! இல்லை, இன்னமும் உள்ளேயே இருக்கிறானா? இத்தனை பெரிய பங்களாவுக்குள் ஒளிய எத்தனையோ இடம் இருக்கு.

காம்பவுண்ட் சுவரருகே இருந்த செடிகளில், மற்றவை அமைதியாய் இருக்க, சில செடிகள் மட்டும் வித்தியாசமாய் அசைந்து கொண்டிருப்பதைக் கவனித்தான்.

சற்று முன்தான், இந்த இடத்தில்தான் காம்பவுண்ட் சுவரில் ஏறி வெளியே குதித்து ஓடியிருக்கிறான்.

விசுவத்திற்கு வியர்வை கழுத்தெல்லாம் வழிந்தது. பனியன் சுத்தமாய் நனைந்தது.

'இப்போ... இப்போ நான் என்ன செய்ய வேண்டும்?'

'கொலை! ஐயா கொலை? ஓடி வாங்க' என்று கத்த முடியுமா?

'சிக்கல்! முடியாது!'

'முதலில் இவள் யார். இங்கே எப்படி வந்தாள் என்று விளக்கியாக வேண்டும்,' சட்டென்று மண்டையில் பளிச் பளிச்சென்று அவன் அடித்துக் கொண்டான்.

'கடவுளே! எத்தனை பெரிய வம்பில் மாட்டியிருக்கிறேன்?' உள்ளே வந்து கதவைச் சாத்திக்கொண்டு ஹாலில் சரிந்து விழுந்தான். நெற்றியில் பொட் பொட்டென்று அடித்துக் கொண்டது. மயக்கமாய் வந்தது.

ப்ரிஜ்ஜை நெருங்கி, திறந்து ஒரு முழு பாட்டில் தண்ணீரையும் குடித்தான். மேலே எல்லாம் சிந்திக் கொண்டான். சுத்தமாய் விரல்கள் நடுங்கின. கைகளிலிருந்து நழுவி பாட்டில் மொசைக் தரையில் சிலுங் என்று விழுந்து நொறுங்கியது.

இப்போது என்ன செய்யலாம்?

போலீசுக்கு போன்?

போன் செய்து? என்னவென்று சொல்வேன்?

எனக்கு செக்ஸ் தேவைப்பட்டது. ஓர் இளமையான பெண்ணின் இதமான அருகாமை தேவைப்பட்டது. முத்தம் கொடுக்க உதடுகள் தேவைப்பட்டன. ஒரு பெண்ணை அழைத்துக் கொண்டு ஊர் சுற்றினேன். ராத்திரி சினிமாப் போய் விட்டு வந்து படுக்கையறையில், அவள் வாங்கிய காசுக்குக் கடமை செய்து கொண்டிருக்கையில் நடுவில் எழுந்து பாத்ரூம் போய்விட்டு வந்தேன், வந்து பார்த்தால் செத்துக் கிடக்கிறாள்! எவனோ குத்திவிட்டு ஓடிவிட்டான் என்று சொல்வதா?

நம்புவார்களா?

எத்தனை பெரிய சிக்கலில் விழுந்து விட்டேன்? கொலை? எத்தனை பெரிய குற்றம்? கதைகளில் படித்ததோடு சரி. சினிமாவில் பார்த்ததோடு சரி. உண்மையான வாழ்வில் அதுவும் என் கட்டிலின் மேலேயே...

என் தனி பங்களா. என்னுடைய சொந்த அறை. என் கட்டில், நான் சற்றுமுன் ஒருமுறை உபயோகப்படுத்திய, நான் அழைத்து வந்த வாடகைப் பெண். இரவு நேரம் ஒரு சத்தம் இல்லை. சன்னல் உடைத்து யாரும் வரவில்லை. டுமீல் என்று சுடவில்லை வாசல் வழியாய் வந்து வாசல் வழியாய்ச் சென்று விட்டான்.

என்னாலேயே நம்ப முடியவில்லை. போலீஸ் நம்புமா? எனக்கே நான் அழகாய் வலை விரித்துக் கொண்டு விட்டேனோ?

எனக்கு நன்றாய்த் தெரியும். நான் குடிக்கவில்லை. நான் முழுக்க முழுக்கச் சுய உணர்வுகளோடு இருக்கிறேன். இந்தக் குற்றத்தை நான் செய்யவில்லை. அப்புறம் ஏன் பயப்பட வேண்டும்?

போலீசுக்குத் தெரிவித்து விடுவதுதான் சரியா?

ஆமாம், அதுதான் சரி.

போனை நோக்கி நடக்க...

மறுபடி பாதியிலேயே தயங்கி நின்றான்.

'எல்லாம் சரி, ஆனால் எல்லா அம்சங்களும், சூழ்நிலைகளும் அப்படியே என் பக்கம் திரும்பிக் கொண்டால்?'

நாளைக்கு விசாரணையில் நடராஜன் என்ன சொல்வார்?

'இந்தாளு காலையிலேர்ந்தே பொண்ணு வேணும். மகாபலிபுரம் போவேன், சினிமா போவேன், அப்புறம் தான் பங்களா போவேன்னு சொன்னான் சார். சரியான லூசா இருப்பான் போல் இருக்கேன்னு நமக்கென்ன பணம் தானேன்னு ஏற்பாடு பண்ணேன். இப்போ கொலையைப் பண்ணிட்டு, எவனோ கொன்னான்னு கயிறு விடறான் சார். ஒரு பொண்ணோட தனியா ரூம்ல இருக்கிறப்போ எவனாவது கதவைச் சாத்தாம இருப்பானா சார்?' - என்று பேசினால்?

விசாரணையில் வேலைக்காரன் கிருஷ்ணன் என்ன சொல்வான்?

'ஊர்லேர்ந்து வந்ததும் வராததுமா நீ உன் பொண்டாட்டியைப் பார்க்க ஊருக்குப் போ. ஒண்ணும் அவசரமில்லை. ரெண்டுநாள் கழிச்சு வந்தாப் போதும்னு சொன்னார் சார். எப்பவும் இந்த மாதிரி அவராக் கேட்டு ஊருக்கு அனுப்பினதில்லைங்க!' என்று சொல்வான். சொன்னால்?

போஸ்ட்மார்ட்டம் ரிப்போர்ட் என்ன சொல்லும்?

ஸ்டேபிங்! என்று சொல்லும். இத்தனை மணிக்கு இறந்தாள் என்று நிஜர் மார்ட்டிஸ் உடல் உஷ்ணம் இவற்றை வைத்துக் கணக்குப் பார்த்துச் சொல்லும். இன்னொன்றும் சொல்லும், இறப்பதற்கு சில நிமிடங்கள் முன்பு உடலுறவு கொள்ளப்பட்டிருக்கிறாள் என்பதையும் சொல்லும்.

இதையெல்லாம் வைத்துப் பார்த்து நீதிபதி என்ன சொல்வார்?

'விசுவம் அவர்கள் கூறுவது கேலிக்குரியது. ஒரு பெண்ணோடு தன் தனி பங்களாவில், இரவில், வாசல் கதவு. அறைக் கதவு எல்லாவற்றையும் திறந்து வைத்துவிட்டு இன்பமாய் இருந்தாராம்.

பின் பாத்ரூம் சென்று திரும்பி வருகையில் அவள் வாசல் வழியே வந்து கொல்லப்பட்டு, கொலையாளி அதே வழியில் திரும்பிச் சென்று விட்டானாம். நம்ப இயலாது. விசாரணைகளிலிருந்து விசுவம் திட்டமிட்டுச் செயல்பட்டிருப்பது தெரிகிறது. அவரின் முன் ஏற்பாடுகளும், நடத்தைகளும் சந்தேகத்தை ஊர்ஜிதம் செய்கின்றன. திட்டமிட்டு வேலைக்காரனை வெளியூர் அனுப்பியிருக்கிறார். கீதாவுக்கும் விசுவத்திற்கும் முன் விரோதம் இருந்திருக்கிறது. என்கிற ரீதியில் ஆரம்பித்து ஆகவே விசுவத்தைக் குற்றவாளி என முடிவு செய்து இ.பி.கோ. 302 செக்ஷன்படி ஆயுள் தண்டனை விதிக்கிறேன்.'

விசுவம் தலையை உதறினான்.

'நோ! நோ! நான் எந்தத் தப்பும் செய்யவில்லை. நான் தண்டனை அனுபவிக்க முடியாது.'

'நான் போலீசுக்குச் சொல்லப் போவதில்லை. சொன்னால் என்னையே குற்றவாளி என்று திருப்பி விடுவார்கள் நிச்சயமாய்.'

'இங்கே, இன்று எந்தச் சம்பவமும் நடக்கவில்லை. இந்தக் கொலையும் நடக்கவே இல்லை.'

விசுவம் மாடிப் படிகளில் ஏறித் திரும்பத் தன் அறைக்குள் தயக்கமாய் நுழைந்தபோது...

✲ ✲ ✲

அத்தியாயம் 4

இ.பி.கோ. - 201: கொலைக்குற்றம் நடந்திருக்கும்போது குற்றத்தோடு தொடர்புடைய சாட்சியங்களை மறைத்தல்.

தண்டனை: ஏழுவருடம் சிறை மற்றும் அபராதம்.

விசுவம் அறைக்குள் நுழைந்தபோது டெலிபோன் ஒலித்தது.

தூக்கிவாரிப் போட்டது. அந்த இரவில், அத்தனை நிசப்தத்தில் அத்தனை பதட்டத்தில் அந்த டெலிபோன் ஒலியே அவனை மிகப் பயமுறுத்தியது.

இந்த வேலையில் யார்?

படுக்கையைக் கடந்து, படுக்கையில் ரத்த கீதாவின் விழிகள் மூடாமல் மேலே வெறித்துக் கொண்டிருக்க, அவன் சென்று போனை எடுத்தான்.

"ஹலோ..." என்றான். குரல் இருபது வருஷ மீன் வலையாய் நைந்து போய் இருந்தது.

"ஹலோ விசு, நான் தான் பேசறேன்."

அப்பா! கோயம்புத்தூரிலிருந்து.

"அப்பாவா? என்னப்பா இந்த நேரத்திலே?"

"சும்மாதான். என்ன ரெஸ்ட் எடுக்கறியா நல்லா?"

"ரெஸ்ட்? ம்...ம் எடுக்கறேன்..."

"பத்து நாள் கழிச்சு வா. ஒண்ணும் அவசரமில்லை."

"கிருஷ்ணன் நல்லா கவனிச்சுக்கிறான் இல்லே?"

"கிருஷ்ணன்... கிருஷ்ணன்... ம்.... ம்"

"ஒண்ணும் பிரச்னையில்லையே."

"பிரச்னையா? எதுவுமில்லைப்பா? எதுவுமில்லையே."

"சரி. நாளைக்குச் சாயங்காலம் மணி வர்றான் மெட்ராசுக்கு."

"எந்த மணி?"

"கோவில் மணி! நல்ல தூக்கக் கலக்கமா? நம்ம மணி தான் உன் அத்தை பையன். என்னவோ இண்ட்டர்வியூன்னு வர்றான். கப்பல் மாதிரி வீடு இருக்கப்போ நீ ஏன் லாட்ஜிலே தங்கறேன்னு சொல்லி அங்கே வரச் சொல்லியிருக்கேன். வருவான். அவனுக்கு வேண்டிய உதவி செய். வச்சுடட்டுமா?"

“சரிப்பா” என்றான்.

வைத்தார், வைத்தான்.

கட்டிலைப் பார்த்தான்.

பிரச்னையா? எதுவுமில்லைப்பா.

கடவுளே! நாளைக்கு மணி வேறு வருகிறானா? நான் தீவிரமாக யோசிக்க வேண்டும். இந்த கீதாவை அப்புறப்படுத்த வேண்டும். இந்த நிகழ்ச்சி இங்கே நடந்ததன் சுவடு கூடத் தெரியக் கூடாது. இந்தக் கொலை இரண்டே பேருக்குத்தான் தெரியும்.

1. கொன்றவன்
2. நான்

கொன்றவன் மூச்சே விடமாட்டான். எக்காரணத்தை முன்னிட்டும், நானும் வலியத் தெரிவித்து மாட்டிக்கொள்வதாய் இல்லை.

முதலில் இந்த கீதா என்னோடு இன்று முழுக்க இருந்தாள் என்று எத்தனை பேருக்குத் தெரியும்? நிறையப் பேர் பார்த்தார்கள். மகாபலிபுரத்தில், இளநீர் விற்பவன். ஹோட்டல் சர்வர், சினிமா தியேட்டரில் டிக்கட் கிழித்தவன் இன்னும் எத்தனையோ ஜோடிக் கண்கள்.

ஆனால் இவர்களுக்கெல்லாம் என்னைத் தெரியாது, அவளைத் தெரியாது, சும்மா பார்த்தார்கள். அவ்வளவுதான் அடுத்த ஒரு மணி நேரத்தில் சுத்தமாய் மறந்திருப்பார்கள்.

நாளைக்கு நான் போய் ‘உன்னிடம் ரெண்டு கோன் ஐஸ் நேத்து ஒரு பொண்ணோட நின்னு வாங்கினேன் நினைவு இருக்கா?’ என்றால் சிரிப்பான்.

‘தினம் ஆயிரம் பேரைப் பார்க்கிறேன் சார் நினைப்பில்லை’ என்பான்.

நான் சமாளிக்க வேண்டிய ஒரே மனிதர் நடராஜன்.

அவருக்குத்தான் தெரியும் என்னை. அவருக்குத்தான் தெரியும் அவளை. அவருக்குத்தான், தெரியும் இன்று முழுக்க இவள் என்னோடு இருந்தாள் என்பது.

இந்த கீதாவைப்பற்றி நடராஜன் என்ன என்ன சொன்னார்?

“சின்னப் பொண்ணு சார். நல்ல சிவப்பு. தொழில்ல இன்னும் சரியா அடிபடாதது. சொந்த ஊர் ஏதோ கிராமம், யாரோ ஒரு புதுசா மீசை மொளைச்ச பையனோடு ஓடி வந்திருக்கா, இவளோட கையிலேர்ந்த கடைசி வளையலையும் கழட்டிகிட்டு டாடா காட்டிட்டான். அப்புறம் மனசு வெறுத்துப்போய் தொழில்ல இறங்கிட்டா, கொஞ்ச நாள்ல பம்பாய் போய்டுவா.”

“ஏன்?” என்று கேட்டேன்.

“பம்பாய்ல இருக்கிற சேட்டு ஒருத்தனோட பையன் ரண்டு மூணு தடவை இங்கே வந்தப்போ இவளை பிடிச்சுப்போச்சு. ‘பம்பாய்க்கு வா. தனி வீடு செட் அப் பண்ணிச் சொகுசா வச்சிக்கிறேன்’னு சொல்லிருக்கானாம்.”

நடராஜன் அவளைப் பற்றிக் கூறிய இந்த வரிகள் நினைவுக்கு வர, விசுவத்தின் மனத்தில் ஐடியா தோன்றியது. நடராஜனை எப்படிச் சமாளிப்பது என்று தீர்மானித்தான்.

நடராஜன் மயிலாப்பூரில் ஏதோ ஒரு லாட்ஜில் மாத வாடகைக்கு ரூம் போட்டு வசிப்பவர். அவரது போன் நம்பரைச் சொன்னவன் கோவையில் விசுவத்தின் நண்பன் ஒருவன்.

இங்கே வந்து போனில் கூப்பிட்டு நேரில் வரவழைத்து விஷயத்தைச் சொன்ன போதுதான் நடராஜன் கீதாவைப் பற்றிய விவரங்களைச் சொன்னார். அண்ணா சாலையில் ஒரு குறிப்பிட்ட இடத்தில் அவளை நிற்கச் சொல்வதாயும். காரில் விசுவம் சென்று பஸ் ஸ்டாப் அருகே நிறுத்தினால், காரின் எண்ணைப் பார்த்து விட்டு அவளாக வந்து ஏறிக் கொள்வாள் என்றும் ஏற்பாடுகள் செய்தவர் நடராஜன்.

‘இந்த நிமிஷம் கீதா இங்கே என்னோடு இல்லை என்று முதலில் நடராஜனிடம் நம்பிக்கை ஏற்படுத்த வேண்டும். அடுத்து இதை அகற்ற வேண்டும். முதலில் நடராஜன்’

விசுவம் போனின் ரிசீவரைக் கையில் எடுத்து, டயலைச் சுற்றுவதற்கு முன்னால் என்ன பேசப் போகிறோம் என்று மனத்திற்குள் ஒரு முறை யோசித்துக் கொண்டான். சுழற்றினான்.

நீண்ட நேரம் ரிங் போய்க்கொண்டேயிருந்தது.

ஒரு வழியாய் யாரோ எடுத்தார்கள்:

“பிரேமா லாட்ஜு இது. யாருங்க அது?”

“அங்கே பதினெட்டாம் நம்பர் ரூமிலே நடராஜன்னு தங்கியிருக்காரே அவரைக் கொஞ்சம் கூப்பிடுங்க. பேசணும்.”

“இது ராத்திரி பதினொன்னரை மணி சார். ஹோ வ்”

“தெரியாதா எனக்கு? ரொம்ப முக்கியமான விஷயம்” கூப்பிடுங்க ப்ளீஸ்.

“லைன்ல இருங்க”

இருந்தான்.

நகத்தைக் கடித்துத் துப்பினான். ஒரு தடவை கட்டிலின் மேல் அதைப் பார்த்துவிட்டு விரைவாய் விழிகளை அகற்றினான். சன்னல் வழியே தொட்ட சில் காற்றுக் கூடக் குத்தியது ஊசியாய். எங்கேயோ ஒரு நாய் ‘லொள்’ என்றதற்குக் கூடச் சிலிர்த்தான்.

‘கொஞ்சமும் பதட்டப்படாமல், பரபரப்புக் காட்டாமல், மிகச் சாதாரணமாகப் பேச வேண்டும்.’

“ஹலோ... யாருங்க?” என்றான் நடராஜன்.

“நான் விசுவம் பேசறேன்.”

“எந்த விசுவம்?”

“என்ன, சார் நேத்துதானே பேசிக்கிட்டிருந்தோம்?”

“ஹலோ சார் நீங்களா? மன்னிச்சுக்கங்க. தூக்கக் கலக்கம். என்ன சரக்கு எப்படி விளையாடுது?”

“அவளைப் பத்திச் சொல்லத்தான் கூப்பிட்டேன்.”

“என்ன சார், எதுவும் பிரச்னையா?”

“சேச்சே... அதெல்லாம் ஒண்ணுமில்லை. நாமப் பேசிக்கிட்ட படி இன்னிக்கு ராத்திரிப் பூரா இங்கே பங்களாவிலே வச்சிக்கிட்டுக் காலையிலேதானே நான் அனுப்பணும்?”

“ஆமாம். இருபத்து நாலு மணி நேரத்துக்குப் பேசினீங்க. நானும் அதைத்தான் சொன்னேன் அவகிட்டே எதுவும் தகராறு பண்றளா?”

“அதெல்லாம் இல்லை. என்னைப் பேசவிட மாட்டேங்கறீங்களே? காலையிலே மகாபலிபுரம் போனோம். மத்தியானம் ஊர் சுத்தினோம். சாயங்காலம் பங்களா வந்தோம். ஜாலியா இருந்தோம். அப்புறம் ஏழு, எட்டு மணிக்கு என்னைக் கேட்டுக்கிட்டா நான் போறேன்னு.”

“ஏனாம்?”

“அவளுக்கு என்னவோ தகவல் வந்திச்சாம். பம்பாய் போறாளாம்.”

“எங்கே?”

“பம்பாய்க்கு நீங்க கூட சொன்னீங்களே அந்த சேட்டுப் பையன்?”

“பவர்லால்.”

“ஆமாம். அந்த பவர்லால்கிட்டே போறாளாம்.”

“சொல்லிக்கிட்டிருந்தா. ஆனா என்ன அர்ஜண்ட்டு?”

“எனக்கென்ன தெரியும். போறேன்னா போன்னேன்.”

“இன்னிக்குப் போறாளாமா?”

“அப்படித்தான் சொன்னா.”

“எதிலே போறாளாம்?”

‘எதில்? எதையாவது சொல்லியாக வேண்டுமே?’

“தாதர் எக்ஸ்ப்ரஸ்” என்றான் விசுவம்.

“சரி. அவ எங்கே போனா எனக்கென்ன. உங்களுக்குத் தான் என்ன?”

“நத்திங். காலையிலே பதினோரு மணிக்கு வாங்க மிச்சப் பணத்தைத் தர்றேன்.”

“ஆகட்டும் சார். இதையேன் சார் இந்த அர்த்த ராத்திரியிலே கூப்புட்டுச் சொல்லணும்? காலையிலே கூடச் சொல்லியிருக்கலாமே?”

“எனக்கு அந்தப் பொண்ணைத் தெரியாது நீங்கதான் அனுப்பினீங்க. உங்ககிட்டே விவரம் சொல்ல வேணாமா? நான் ஒரு பிரண்டைப் பார்த்துட்டு இப்பத்தான் வீட்டுக்கு வந்தேன். வந்தவுடனே உங்களைக் கூப்பிட்டுச் சொல்லிடணும்னு தோணிச்சு. சொல்லிட்டேன்.”

“சரி சார். காலையிலே பார்க்கலாம்.” ரிசீவரை வைத்தான் விசுவம். எத்தனை பொய்கள்! எப்படியோ நடராஜனின் பிரச்னை முடிந்தது. இப்போது இந்தப் பிணத்தை அப்புறப்படுத்த வேண்டும். ‘எப்படி?’ மணி பார்த்தான் 11.50.

‘இரவு முழுக்க ஆனாலும் சரி, துப்புரவாய் எதுவும் நடக்காதது போல செய்து விட்டுத்தான் மறு வேலை.’

‘என்ன செய்யலாம் இதை? தோட்டத்தில் புதைக்கலாமா? கூடாது. சரியில்லாத யோசனை அது. இந்த உடல் முதலில் பங்களாவிட்டு வெளியேற வேண்டும். இந்த ஏரியாவை விட்டே வெளியேற வேண்டும். இந்த உடல் கீதா என்கிற பெண்ணுக்குச் சொந்தமானது என்பதே தெரியக்கூடாது.’

விசுவம் யோசித்துக் கொண்டிருக்கையில் மறுபடி டெலிபோன்!

புருவங்களில் கேள்விக் குறியோடு எடுத்தான்.

"நான்தான் நடராஜன் பேசறேன். சார், அவள் எட்டு மணி சுமாருக்குப் போனதாகவா சொன்னீங்க?"

"ஆமாம்."

"இன்னிக்கே போறதாச் சொன்னாளா?"

"ஆமாம்."

"தாதர் எக்ஸ்ப்ரஸ்ல?"

"ஆமாம் நடராஜன். ஏன்?"

"ஒண்ணு. அவ பொய் சொல்லிருக்கா. இல்லைன்னா நீங்க பொய் சொல்றீங்க. தாதர் எக்ஸ்ப்ரஸ் நைட் கிடையாது. காலையிலே ஒன்பதே முக்காலுக்கே புறப்பட்டுப் போயிருக்கும்!" என்றார்.

✲ ✲ ✲

அத்தியாயம்

5

இ.பி.கோ. - 415: ஏமாற்றுதல் அல்லது மோசம் செய்தல்

தண்டனை: இ.பி.கோ. 417: ஒரு வருடம் சிறை அல்லது அபராதம் அல்லது இரண்டும்.

விசுவம் எச்சில் விழுங்கினான். ஒரு கையால் கைக்குட்டையை எடுத்து முன் நெற்றியில் ஒற்றிக் கொண்டான். ஒரு தடவை படுக்கையில் கீதாவைப் பார்த்துக் கொண்டான்.

"ஹலோ நடராஜன், தாதர் எக்ஸ்பிரஸ் காலை எக்ஸ்பிரஸ்ன்னு எனக்கே சொல்லித் தர்றிங்களா? மாசத்துக்கு மூணு தரம் போறவன் நான். நாளைக்குப் போறதுக்கான ஏற்பாடுகள் செய்ய வேணாமா? அதனாலதான் போய்ட்டா."

"சாரி சார். தப்பா நினைச்சுக்காதிங்க. இன்னிக்கே போறதாச் சொன்னதாலே கேட்டேன்" என்றார் கரகரப்பாய் நடராஜன்.

"ஆமாம். இன்னிக்குத்தான் பம்பாய் போறா?"

"மறுபடி குழம்புறிங்க நீங்க?"

"இப்ப மணி என்ன? 12:10 ஸோ. இன்னிக்குத்தான் போறா! இப்பக் குழப்பம் இல்லையே?" என்று வலுக்கட்டாயமாய்ச் சிரித்தான் விசுவம்.

"ஒக்கே சார். வைச்சுடட்டுமா? குட் நைட்."

"இல்லை. குட் மார்னிங்!" என்று வைத்தான்.

உள்ளங்கைகளில் பிசுபிசுவென்று வியர்த்திருந்தது. துடைத்துக் கொண்டான். கீக்கீ என்று ஒரு தாமதப் பறவை சன்னலருகே சொல்லிவிட்டுப் போனது.

முழுதாய் ஒரு பின் ராத்திரி இருக்கிறது. விடியலுக்குள், இந்த உடம்பு என்னைவிட்டு மிக தூரத்தில் பந்தமில்லாது போய்விட வேண்டும். அறையை அங்குலம் அங்குலமாகச் சுத்தம் செய்ய வேண்டும்.

காலையில் பழைய விசுவமாய் காலைப் பேப்பருக்காகக் காபி குடித்துக் கொண்டு காத்திருக்க வேண்டும். நாளை மணி வருகிறான். எத்தனை மணிக்கு வருவான்? தெரியாது. முதலில் இவளை 'இதை' அப்புறப்படுத்தியாக வேண்டும்.

எப்படி?

ஓர் இறந்த உடல் இருக்கிறது. சரியாய் ஐந்தரை அடி உயரத்திற்கு, கண்கள் திறந்த நிலையில், மொத்தமாய் ஒரு கால் மீட்டர் துணியில் மானம் காத்துக் கொண்டு, மார்பு கிழிந்த நிலையில் சவ சவ என்று ரத்தமாய், இன்னும் சில மணிகளில் விரைத்துக் கொள்ளப் போகிற வேகமாய் உடலின் உஷ்ணம் குறைந்து கொண்டு, என் வீட்டில், என் அறையில்!

இந்தக் கடைசி நிதர்சனம்தான் என்னைப் படுத்துகிறது.

என் வீட்டில்!

என் அறையில்!

ஆண்டவா! உனக்குத் தெரியும். நீ எல்லாவற்றையும் பார்த்தாய். நான் அவளைத் தொட்டதும், சுகித்ததும் மட்டும்தான் உண்மை. சம்பந்தமே இல்லாமல் நான் சம்பந்தப்பட்டிருக்கிறேன்?

அதுவும் வசமாய்... அம்சமாய்...

சரி, இந்த உடலைப் பிறர் அறியாவண்ணம் எப்படி அப்புறப்படுத்தலாம்?

வீட்டின் தோட்டத்தில் புதைத்து?

வேறு வினையே வேண்டாம்! போலீசிடம் புத்திசாலி நாய்கள் தினம் மோந்து பார்ப்பதற்காகவே கிலோ கிலோவாய் கறி சாப்பிட்டுக் கொண்டிருக்கின்றன!

இந்த ஏரியாவே கூடாது. தள்ளி மிகத் தள்ளி.

சரி. காரில் தூக்கி வைத்து எங்காவது ரொம்ப தூரம் எடுத்துச் செல்லலாம். சிறந்த யோசனை. எடுத்துச் சென்று?

சும்மாப் பாதையோரத்தில் போட்டுவிட முடியுமா?

சிக்கல் வரும். பேப்பரில் போட்டோ போட்டு ‘இவளுக்கு வேண்டியவர்கள் வந்து அடையாளம் காட்டுங்கள்’ என்பார்கள்.

அடையாளம்? மை குட்னெஸ்? எத்தனை பெரிய சமாச்சாரம் இந்த அடையாளம்? உயிரோடு இருந்தாலும் உடலாக இருந்தாலும் 'கீதா செத்து விட்டாள்' என்றுதான் சொல்லும் சமுதாயம்.

இது ஓர் உடல். ஆனால் இது கீதா என்று அடையாளம் சொல்லக் கூடாது. கீதா பம்பாய் போய்விட்டாள். பம்பாய் போய் விட்டாளோ இல்லையே, எனக்குத் தெரியாது. பம்பாய் போகப் போவதாக என்னிடம் சொல்லி விட்டுச் சென்று விட்டாள். அவ்வளவுதான் எனக்குத் தெரியும்.

இந்தப் பதிலை நடராஜன் மறுபடி கேட்டால் நான் சொல்ல வேண்டியது, சொல்லப் போவது. வேறு யாருக்கும் பதில் சொல்லத் தேவையில்லை. என்னையும் கீதாவையும் இணைத்து வேறு ஒருவருக்கும் தெரியாது.

இந்த உடல் கீதாவுக்குச் சொந்தமானது இல்லை என்று எப்படிக் காட்டுவது? கீதா இவள் என்று சொல்வது எது?

முகம்!

இந்த முகத்தைச் சிதைத்துவிடப் போகிறேன்.

ஆமாம்! அதுதான் திட்டம்! இந்த உடலை இங்கேயிருந்து காரில் வைத்து எடுத்துத் தொலைதூரம் சென்று, நடுச்சாலையில் போட்டு, முகத்தின் மேல் காரை ஏற்றப் போகிறேன்.

யதேச்சையாக, சரியான, உறுதியான ஒரு வலையில் நானாக மாட்டி இருக்கிறேன். இப்போது சாமர்த்தியமாக நான் வெளியில் வந்தாக வேண்டும்.

கீதாவுக்கு நான் ஏதும் தீங்கிழைக்கவில்லை. ஏற்கெனவே இறந்து விட்டாள். உடலை மட்டுந்தான் இம்சைப்படுத்துகிறேன்.

இது இம்சை கூட இல்லை; என் தற்காப்பு.

இந்தக் குற்றத்திலிருந்து (எவனோ செய்த) நான் தப்பிக்கப் போலீசை ஏமாற்றித்தான் தீரவேண்டும். வேறு வழி இல்லை.

விசுவம் நாற்காலியிலிருந்து எழுந்து படுக்கையை அணுகினான். படுக்கை பூராச் சிவப்பு. மெத்தை விரிப்பு ரத்தத்தில் ஊறி, மெத்தை உறை ஊறி, மெத்தை ஊறிக் கொண்டிருக்க... அவள் நெஞ்சருகிலிருந்து இன்னும் லேசாய்ப் புதுச் சிவப்புடன் பல வருடச் சேமிப்பு வந்து கொண்டிருந்தது.

'யாரோ ஒருவன், என்ன பகை உன்னோடு? ஏன் கொன்றான்? இதையெல்லாம் விட என் அறைக்கு வந்து ஏன் கொன்றான், மடையன்?'

திறந்திருந்த அவள் விழிகளை மூடினான். இடுப்புக்குக் கீழ் பெட்டிக்கோட்டின் லேஸ் ஃபானின் காற்றில் மெல்ல அசைந்து கொண்டிருந்தது. சற்றுத் தள்ளிச் சேலையும், ஜாக்கெட்டும் சுருண்டு கிடந்தன.

'இந்தச் சேலையும் இந்த ஜாக்கெட்டும் கீதாவுடையவை கீதா என்று இந்தச் சேலையில் அவளைப் பார்த்தவர்கள் தீர்மானிக்க உதவும்.'

'உதவக்கூடாது?'

இவள் கீதா என்று மிகச் சிலர் சொல்லக்கூடிய சின்னச் சின்னத் தடயத்தையும் நான் விட்டு வைக்க கூடாது. ஆனால் வெறும் பிரா, பாவாடையோடு நடு ரோட்டில் எப்படிக் கிடத்துவது?

மிஸ்கைட்!

தவறாக வழிகாட்டு!

ஓர் ஆங்கில நாவலில் படித்திருக்கிறேன். ஒரு கொலையாளி மிகப் பிடிவாதமாய் திட்டமிடுவான், ஒரு பெண்ணைக் கொல்ல. அவளுக்கும் ராபர்ட்டு என்பவனுக்கும் விரோதம். ராபர்ட் ஷூ அணிவதில் ஒரு விசேஷம் உண்டு. ஒரு காலுக்கு எட்டாம் நம்பர். இன்னொரு காலுக்கு ஒன்பதாம் நம்பர். ராபர்ட் 'ட்ரீம் ட்ராப்ஸ்' செண்ட் உபயோகிப்பவன். 'டன்கன்' சிகரெட் உபயோகிப்பவன். சிகரெட் லைட்டரில் தன் பெயரைப் பொறித்து வைத்திருப்பவன்.

திட்டமிட்ட கொலையாளி குறிப்பிட்ட ஒரு நாளில் ராபர்ட்டின் சிகரெட் லைட்டரைத் திருடி, அவன் உபயோகிக்கும் செண்ட் உபயோகித்து, டன்கன் சிகரெட் துண்டுகளை அவளின் அறையில் போட்டு, அவளின் தோட்ட மணலில் நன்றாய் 8, 9 என்று ஷூ வின் அச்சுப் பதித்து கொலை செய்து, லைட்டரையும் அங்கே போட்டுவிட்டு இரண்டு போன்கள் செய்வான். ஒன்று ராபர்ட்டுக்கு அவன் அபாய நிலையில் இருப்பதாய். இன்னொன்று போலீசுக்கு அவளின் விலாசம் சொல்லி, அங்கே ஏதோ கூச்சல் கேட்பதாய்.

அதைப் போல...

எவனோ செய்த தப்பிற்குச் சரியான தடயங்களோடு நான் நிற்கிறேன்! இப்போது நான் தப்பிக்கப் போலீசை, ‘மிஸ்கைட்’ செய்யப் போகிறேன்!

எத்தனை தூரம் முடியுமோ அத்தனை தூரம்!

நேற்றுப் புதிதாய் வாங்கின நான்கு ஜீன்ஸ் பாண்ட்களில் ஒன்றை கவரில் இருந்து எடுத்தான் மூன்று ‘டி’ சட்டைகளில் ஒன்றை எடுத்தான்.

கீதாவுக்கு அவற்றை அணிவிக்கப் பதினைந்து நிமிடங்கள் ஆயின.

புது பனியன் உடன் சிவந்தது. பாண்ட் சரியாய் பொருந்தியது.

இனி கிளம்ப வேண்டியதுதான். திரும்பி வந்து அறையில் நிறைய வேலை இருக்கிறது. முதலில் கீழே சென்று காரின் நம்பர் பிளேட்டுகளைக் கழற்ற வேண்டும்.

பயம் விசுவத்திற்கு இப்போது பழகியிருந்தது. பதட்டம் குறைந்து இருந்தது. ‘தற்காப்பு, தற்காப்பு’ என்று மனசு பரபரத்தது. மூளை பளிச் பளிச் என்று ஒவ்வொரு முன் ஜாக்கிரதை ஏற்பாடுகளையும் யோசித்தது.

பத்து நிமிடங்கள் தேடி பெரிய ஸ்க்ரூ டிரைவரை எடுத்துக் கொண்டு அறையை விட்டு வந்து, படிகளில் இறங்கி வாசலுக்கு

வந்து, போர்ட்டிகோ அருகில் விளக்குப் போடாமல், தூரத்து ஏதோ விளக்கின் சொற்ப பரவலில் காரின் நம்பர் பிளேட்டைக் கழற்றத் தொடங்கினான்.

காற்றுக் குளிர்ச்சியாய் வீசிக் கொண்டிருந்தது. நந்தியா வட்டைச் செடிகள் தன் வெள்ளை மொட்டுக்களை இப்போதிருந்தே துயில் எழுப்பத் துவங்கின. எங்கோ ஒரு கடிகாரத்தில் டய்ய்ங்! என்றது.

இரவு மணி பன்னிரண்டரை.

முன் பக்கத்திலும், பின் பக்கத்திலும் கழற்றிய பிளேட்டுகளை டிக்கியினுள் போட்டான். டிக்கியை அப்படியே ஆதிசேஷன் படமெடுப்பதைப் போலத் திறந்து வைத்து விட்டு மாடிக்கு வந்தான்.

கழுத்துக்கடியில் ஒரு கையும், கால்களுக்கடியில் ஒரு கையும் கொடுத்துக் கொஞ்சம் மூச்சுப் பிடித்துத் தூக்கினான். கனத்தாள். எழுபது கிலோவுக்கு மேலே என்பதை உணர்ந்தான்.

மெல்ல நடந்தான்.

ஒவ்வொரு படியாக நிதானமாக இறங்கினான். வாசலுக்கு வருகையில் சற்றுத் தயங்கி நின்று ஒரு தடவை எட்டிப் பார்த்தான்.

சலனம் எதுவும் இல்லை. குறை நிலாவும் மங்கல மேகங்களும் மட்டும் பார்த்துக் கொண்டிருந்தன.

விருட்டென்று நடந்து டிக்கிக்குள் உடலைக் கிடத்தினான். கால்களைச் சிரமத்துடன் மடக்கித் திணித்தான். கைகளைக் குறுக்கி வைத்து நிமிர்ந்தபோது...

கீதாவின் தலை எழுந்தது!

✲ ✲ ✲

அத்தியாயம்

6

இ.பி.கோ. - 194: பொய் சாட்சியங்களை உருவாக்குதல்.

தண்டனை: ஆயுள் தண்டனை அல்லது பத்து வருடக் கடுங்காவல் தண்டனை மற்றும் அபராதம்.

கீதாவின் தலை முன்னோக்கி எழ, ஒரு வினாடி ஜிலீர் என்று அதிர்ந்து பின் உணர்ந்தான். அவளின் கூந்தல் சட்டைப் பித்தானில் மாட்டியிருந்தது.

மெதுவாக பட்டனிலிருந்து கூந்தல் பிசிரை விலக்கி விட்டு, டிக்கியை மூடினான் விசுவம்.

மறுபடி அறைக்கு வந்து எல்லா விளக்குகளையும் அணைத்து விட்டுக் கீழே ஹாலுக்கு வந்தபோது மூலையில் கிருஷ்ணனின் டிரங்பெட்டி கண்ணில்பட்டது.

பட்டதும் பளிச்சிட்டது ஐடியா.

'மிஸ்கைட்!'

'ஒவ்வொரு விஷயத்திலும் மிஸ்கைட் செய்யப் போகிறேன்.'

அந்தப் பெட்டியை அணுகி, திறந்து வேட்டி, சட்டைகளைக் கலைத்துத் தேடினான். அவன் தேடிய கைக்குட்டை கிடைத்தது.

அதில் அவசரமாய்த் தேடினான்.

பளிச்சென்று புரியும் வண்ணம் 'கே' என்று வண்ணான் குறி தெரிந்தது. 'வெல்' என்று தலையைத் திருப்திகரமாய் அசைத்துக்கொண்டு, அந்தக் கைக்குட்டையை மட்டும் எடுத்துச் சட்டைப் பைக்குள் வைத்துக் கொண்டு, ஒரு சின்ன டார்ச் லைட்டைக் கையில் எடுத்துக்கொண்டு கிளம்பினான்.

'இன்னும் ஏதாவது எடுக்க வேண்டுமா?'

ஹாலில் விசுவத்தின் தாத்தா பெரிய அளவு போட்டோவில் கைத்தடியோடு, முறுக்கிய மீசையோடு முறைத்தார்! நேற்று மாலை வாங்கிப் போட்ட மல்லிகை மாலை வாடி விடலாம் எனத் தற்போதுதான் முடிவெடுத்திருந்தது.

சற்று எம்பி அந்த மல்லிகை மாலையை அறுத்து எடுத்துக் கொண்டான். 'மிஸ்கைட்! மிஸ்கைட்!'

வாசலுக்கு வந்து பங்களாவைப் பூட்டிக் கொண்டான்.

காம்பவுண்ட் கேட்டை அகலமாகத் திறந்து வைத்து விட்டு வந்து காரில் அமர்ந்தான்.

'பெட்ரோல் இருக்கிறதா?'

'இருக்கிறது; நேற்று பத்து லிட்டர் இரவில் போட்டது; தாராளம்.'

ஸ்டார்ட் செய்தான். சிக்கலின்றி இருமியது. காம்பவுண்ட் கேட்டைத் தாண்டி வெளியே வந்து நிறுத்தி இன்ஜினை நியூட்ரலில் ஓடவிட்டு இறங்கி காம்பவுண்ட் கேட்டை இழுத்து இணைத்துப் பூட்டிவிட்டு, மறுபடி ஸீட்டில் அமர்ந்து கியரை மாற்றினான்.

ஒரு சிகரெட்டைப் பற்ற வைத்துக் கொண்டான். இரவு என் அருகில் உரசிக் கொண்டு வந்தவள் இப்போது பிணமாக டிக்கியில் வருகிறாள்!

எங்கோ போகலாம்?

அதிகப் போக்குவரத்து இல்லாத, தனியான, சென்னையை விட்டுச் சற்றுத் தள்ளி இருக்கும் ஒரு சாலைக்குப் போக வேண்டும்.

நியூ ஆவடி ரோடு நினைவுக்கு வந்தது. அம்பத்தூர் செல்லும் சாலை. பூந்தமல்லி ஹை ரோட்டில் உற்பத்தியாகிக் கீழ்ப்பாக்கம் வழியாக அந்தப் பக்கம் அயனாவரத்தையும், இந்தப் பக்கம் அண்ணா நகரையும் பிரித்துக் கொண்டு நீளமாய் பயணம் தொடர்கிற, அதிகக் கச்சடாக்கள் இல்லாத அமைதியான சாலை.

முடிவு செய்தான்.

ஆற்காடு ரோட்டில் திரும்பிய போது சாலையில் எவனோ பரிதாபமாய் கட்டை விரல் காட்ட அருகில் கைவிட்ட காதலியாய் கார். விசுவம் அலட்சியப்படுத்தி அவனைத் தாண்டி ஆக்ஸிலேட்டரை மிதித்தான்.

சூளைமேடு ரோட்டில் ஒரு நாய் அடிபட்டு வள், வள் என்று உரத்த சங்கீதம் துவங்கியது.

வானத்தில் ஒரு கீற்று மின்னல் வந்து போனது.

காரின் டேப்ரிக்கார்டரைப் போட்டான். விரலைச் சுட வந்த சிகரெட்டை எறிந்து இன்னொன்றை உடனடியாய் உதட்டில் நிரப்பினான்.

ஜோன் ஆர்மட்ரேடிங் கரகரப்பான கீழ்த் தொண்டையில் 'டு த லிமிட் வி கோ, ஃப்ரம் த பாட்டம் டு டாப்' என்றாள். அந்த தனிமைப் பயணத்தில், அந்த மனத்தில் சூறாவளி சுற்றும் தருணத்தில் இசை வெறுத்தது. அணைத்தான்.

அம்பத்தூர் செல்லும் சாலையில் கலந்தான்.

டம டம என்றது வானம்.

மெத்தைக்கு பஞ்சு போடத் திணிக்கும்போது உதிரியாய் காற்றில் பறப்பவை போல சில்லறை மேகங்களும் திரித்திரியாய்ப் பிரிந்து கரைந்து கொண்டிருந்தன.

எதிரே சாலை மாஜிக் நிபுணன் வாயிலிருந்து வரும் கலர் காகிதம் போல வந்து கொண்டே இருந்தது.

எந்த இடம்? எந்த இடத்தில் காட்சியை செப் அப் செய்யலாம்?

சாலையின் இரண்டு பக்கங்களிலும் போனால் போகிறதென்று அவ்வப்போது மரங்கள் வந்து சென்றன.

தொடர்ந்து வரிசையாய் நான்கு ஆல மரங்கள் வர அந்த இடத்தைத் தேர்ந்தெடுத்து மெல்ல ஒட்டி மரங்கள் அருகில் காரை நிறுத்தினான். விசுவம் காரின் விளக்கை அணைத்தான். இறங்கினான்.

வந்த சாலையில் தூரத்தில் இரட்டைக் குழந்தைகளாய் இணைந்து வெளிச்ச வட்டங்கள் வந்து கொண்டிருந்தன.

லாரியோ, காரோ போகட்டும். காரின் முன் பானெட்டை உயர்த்திக் கொக்கி போட்டான்.

அந்த வெளிச்சங்கள் நெருங்கிய போது ஒரு கையால் டார்ச் அடித்தபடி தலையை குனிந்து கொண்டு ரிப்பேர் செய்பவன் போல குடைந்தான்.

அது லாரி.

கடந்து சென்றது.

வேறு எந்த வாகனமும் வருவதற்கான அறிகுறிகள் இரண்டு பக்கமும் இல்லை.

இத்தனை நேரம் ஒளிந்து கொண்டிருந்த பதட்டமும், நடுக்கமும் டிக்கியைத் திறக்கப் பிடியைத் தொடும் போதே ஒட்டிக் கொண்டன. அடுத்த மரத்தின் கிளையிலிருந்து பாதி ராத்திரியில் கண் விழித்த பறவை ஒன்று இறக்கைகளைச் சடசடத்துக் கொண்டு அமர்ந்தது. மறுபடி அமைதி. பூச்சிகளின் கோரஸ் மட்டும்.

டிக்கியை உயர்த்தினான்.

அதன் இரண்டு கைகளுக்கும் அடியில் கைகளை நுழைத்துத் தூக்கி வெளியேற்றிச் சாலையோரமாகக் கிடத்துவதற்குள் மூச்சு வாங்கியது, எடை கூடிக்கொண்டே இருந்தது. தெரிந்தது.

ஒரு முறை சாலையின் இரண்டு கோடிகளையும் பார்த்துக் கொண்டான். இந்தக் கோடியில் கறுப்பும், அந்தக் கோடியில் கறுப்பும் தெரிந்தது.

‘எத்தனை சீக்கிரம் முடியுமோ அத்தனை சீக்கிரம் நடத்த வேண்டும்.’

குனிந்து உடலுக்கு அணிவித்திருந்த டி - சர்ட்டை இரண்டு, மூன்று இடங்களில் கிழித்தான். ‘மிஸ்கைட்’ அவள் கைகளில் அணிந்திருந்த வளையல்களில் இரண்டு, மூன்றைக் கழற்றிக் கொண்டு பாதையோரமாய் இருந்த மரத்திற்கு அருகே பரவலாய் உடைத்துப் போட்டான். ‘மிஸ்கைட்’ மரத்திற்கு அந்தப் பக்கம் மணல் சரிவாய் இருந்தது. அங்கே கால்களால் கன்னா பின்னாவென்று பூமியைக் கிளறினான். ‘மிஸ்கைட்’ வீட்டில் தாத்தாவின் படத்திலிருந்து பிய்த்துக் கொண்டு வந்த மல்லிகை மாலையை உதிர்த்து அங்கங்கே போட்டான். ‘மிஸ்கைட்’ கிருஷ்ணனின் டிரங் பெட்டியிலிருந்து எடுத்து வந்த கைக்குட்டையைச் சற்றுத் தள்ளி

இரண்டு மரங்களுக்கப்புறம் சென்று போட்டான். 'மிஸ்கைட்' திரும்பிக் கார் அருகில் வந்தான்.

இத்தனை காரியங்களையும் ஷூவைக் கழற்றி விட்டு சாக்ஸ் கால்களோடு செய்தான்.

மற்றும் ஒரு முறை படபடக்கும் இதயத்தோடு இரண்டு பக்கமும் பார்த்தான். டிராபிக் இல்லை!

பிணத்தின் அருகே குனிந்து இதுவரை கவனிக்க மறந்த அவளின் லாக்கெட்டோடு கூடிய செயினை மெல்லக் கழட்டி எடுத்தான்.

'லாக்கெட்டுக்குள் என்ன இருக்கிறது?' பிறகு பார்த்துக் கொள்ளலாம் என்று பாண்ட் பாக்கெட்டில் போட்டுக் கொண்டான்.

'எல்லாம் சரிதானா?' காரில் ஏறி அமர்ந்து 'யு' டர்ன் அடித்துத் திரும்பிச் சரியாய் வலதுபுற முன் டயர் முகத்தில் ஏறுமாறு செலுத்திச் சிதைத்துச் சென்று விட வேண்டியதுதானே?

போலீஸ் வரும் காலையில்.

தயாராய் இருக்கிறது கதை! யாரோ கடத்தி வந்து மரங்களின் பின்னணியில் போராட்டத்துக்கு நடுவே கற்பழித்து, விஷயம் வெளியே போகாமல் இருக்கக் கொலை செய்து, காரையும் ஏற்றிச் சென்று விட்டான். 'கே' என்று இனிஷியல் போட்ட கைக்குட்டை கிடைக்கும் அவர்களுக்கு.

அதை வைத்துக் கொண்டு ஏதாவது தேடுவார்கள்.

உடலை அடையாளம் காட்ட யாராலும் முடியாது. போஸ்ட்மார்ட்டம் உடலுறவு கொள்ளப்பட்டதையும். கத்தியால் குத்தப்பட்டதையும் மட்டும் தான் சொல்ல முடியும்.

அசோக் நகரில், என் பங்களாவில் நடந்த கொலை என்று சொல்ல முடியாது போலீசைப் பொறுத்தவரை. இப்போது குற்றம் நியூ ஆவடி ரோட்டில் நடந்திருக்கிறது. அசோக் நகரோடு இணைக்க எந்தத் துண்டு சாமாச்சாரமும் அவர்களிடம் கிடையாது.

கொஞ்சநாள் மார்ச்சுவரியில் ஐஸ் கட்டிகளுக்கு நடுவே வைத்திருந்து விட்டுப் பிணத்தை டிஸ்போஸ் செய்து விடுவார்கள். போலீஸ் நாய்களின் புத்திசாலி மூக்குகளின் சக்தி எத்தனை தூரம் என்று பார்த்துவிடலாம்?

'வேறு ஏதாவது என்னுடைய பொருட்கள் இங்கே இருக்கிறதா?'

டார்ச் வெளிச்சத்தைச் சுற்றிச் செலுத்தியபோது டயருக்கு அருகில் சிகரெட் துண்டைக் கண்டு, பாய்ந்து அதைப் பொறுக்கி அவசரமாகப் பைக்குள் போட்டுக் கொண்டான்.

டயருக்கு நேராக முகம் இருக்க வேண்டும். அப்போது தான் முழுவதும் சிதையும். விழிகள் பிதுங்கி மூக்கின் எலும்பு முறிந்து, பற்கள், தாடை எல்லாம் நொறுங்கிப் போய்... ஓ! ஒரே கூழாகப் போகிறது!

'ஸாரி, கீதா! மறுபடி சொல்கிறேன், உன் இறப்புக்காக நான் வருத்தப்படுகிறேன். ஆனால் என் தற்காப்பு இப்போது அதிமுக்கியமாகி விட்டது.'

விசுவம் குனிந்து பிணத்தின் தலையை டயர் வரப் போகிற பக்கமாகத் திருப்பி வைத்தபோது...

'பளிச்' வெளிச்சம் அடித்தது.

✲ ✲ ✲

அத்தியாயம் 7

இ.பி.கோ. - 279: அலட்சியமாக அல்லது வேகமாக வாகனத்தை ஓட்டுதல் (ரேஷ் டிரைவிங்).

தண்டனை: ஆறுமாதம் சிறை அல்லது ஆயிரம் ரூபாய் வரை அபராதம் அல்லது இரண்டும்.

'பளிச்' என்று மற்றும் ஒரு முறை வானத்தைக் கீறியது மின்னல்.

சே! மின்னல்!

எல்லாவற்றுக்கும் பயப்படுகிறேன் நான்.

விசுவம் வேகமாய் நடந்து காரில் அமர்ந்தான். கிளப்பி நேராய் சென்று சிரமமில்லாமல் 'யூ' டர்ன் அடித்துத் திருப்பினான்.

காரின் வெளிச்சத்தில் சாலையோரத்தில் அலங்கோலமாய்க் கிடந்த கீதாவின் பிணம் சுத்தமாய் தெரிந்தது.

முகத்துக்கு நேரே, வலதுபுற டயர் வரும்படி காரை நேராக்கிக் கொண்டு, மூன்றாம் கியருக்கு மாற்றி ஆக்ஸிலேட்டரை சப்பக் என்று மிதித்தான்.

அது நெருங்கியது.

நொறுக்கியது.

முன் வீலில் ஒரு முறையும் பின் வீலில் ஒரு முறையும் 'படக்' என்ற சப்தத்தோடு அந்த முகம் சிதைந்தது.

'வெல்!'

இதுதான் திட்டமிட்டது. இதோ செயல்படுத்தியாகி விட்டது. இனி எனக்கும் அதற்கும் சம்பந்தமில்லை. எனக்கு எதுவும் தெரியாது. நியூ ஆவடி ரோடு என்று ஒரு சாலை இருப்பதே தெரியாது. காரை அணு அணுவாய் கழுவி விடுவேன். அறையை அங்குலம் அங்குலமாய்ச் சுத்தம் செய்வேன். ஒரு பிணத்தைக் காரில் ஏற்றிக்கொண்டு வந்து தொலை தூரம் தள்ளிச் சாலையில் போட்டு முகத்தைச் சிதைத்தது நான்தானா என்று நாளைக் காலையில் நானே என்னைக் கேட்டுக் கொள்வேன்.

சேச்சே... அது யாரோ, நானில்லை என்று பதில் வரும்!

போலீஸ் குழம்பும்; குழம்பட்டும்?

விசுவம் ஒரு சிகரெட்டை பாக்கெட்டில் துளாவி எடுத்துப் பற்ற வைத்துக்கொண்டு, காரின் வேகத்தை அதிகப்படுத்தினான்.

இப்போது எதிரே மிக வேகமாய் இரட்டை வெளிச்சப் புள்ளிகளைக் கண்டான் புள்ளிகளின் நெருக்கம், காரின் அல்லது லாரியின் அல்லது பஸ்ஸின் வேகத்தைக் காட்டியது.

விசுவம் டாப் கியரிலிருந்து குறைத்துத் தன் வண்டியின் பயங்கர வேகத்தைக் கட்டுப்படுத்த முயல்வதற்கு முன்,

எதிரே வந்த அந்தக் கார் சற்றுத் தடுமாறி, வந்த நேர் கோட்டிலிருந்து சற்று விலகி, விசுவத்தின் காரின் பின்புறத்தைக் கிர்ரீச் என்று உரசிச் சற்றுத் தொலைவில் போய் நின்றது.

விசுவம் கோபப்பட்டு காரை நிறுத்தி இறங்கு முன்...

அந்த காரின் கதவைத் திறந்து கொண்டு அவன் இறங்கி சற்று ஓட்ட நடையில் வந்தான். அவனருகில் விசுவமும் இறங்கினான்.

குறை நிலவின் கம்மியான வெளிச்சத்தில் அவன் இளைஞன், நாகரிகமாய் உடையணிந்திருப்பவன். உயரமானவன் என்பது மட்டுமே தெரிந்தது.

“ஸாரி சார், மிஸ்டேக் என்னது தான். நான் தான் தடுமாறிட்டேன். டிரைவிங் புதுசு எனக்கு.”

“என்னயா புதுசு? இங்கே பாரு எத்தனை ஆழமாக் கோடு போட்டிருக்கு. ஓட்டத் தெரியலைன்னா ஏனய்யா வண்டி எடுக்கறிங்க? அதுவும் இந்த நடுராத்திரியிலே...?”

“அதுதான் ஸாரி கேட்டேனே?”

“ஸாரி கேட்டுட்டா?”

“உங்க அட்ரஸ் கொடுங்க. நாளைக்கு என் ஆள்கிட்டே நூறு ரூபா கொடுத்தனுப்பறேன். இப்ப என்கிட்டே இருபது ரூபாதான் இருக்கு.”

“பணம் ஒண்ணும் வேணாம். இனிமேப் பார்த்து ஓட்டுங்க.”

விசுவம் காரில் ஏறி அமர்ந்ததும்...

“நோ சார். தப்பு என்னது. டிங்கரிங் சார்ஜை நான் ஏத்துக்கறதுதான் முறை. இந்தாங்க என் அட்ரஸ் கார்டு. இதுக்கான

பில்லை என்கிட்டே வாங்கிக்க சொல்லிடுங்க மெக்கானிக்கை. இல்லை. நீங்க பணம் கொடுத்துட்டு பில்லை எனக்கு அனுப்பி கலெக்ட் பண்ணிக்கங்க அகைய்ன் ஸாரி."

"சரி. சரி" என்று முனகலாய் வாங்கி வைத்துக் கொண்டு காரை ஸ்டார்ட் செய்தான். நொடியில் கண்ணில் இருந்து மறைந்தான் விசுவம்.

அவன் கொஞ்சம் பெருமூச்சு விட்டு நடந்து தன் காரில் ஏறிக் கொண்டான்.

"லிமிட்டாக குடிச்சிருந்தா இந்த பிரச்னை வந்திருக்குமா?" என்றாள் அவன் மனைவி.

"லிமிட்டாதான் டார்லிங். லிமிட்டாதான். இப்ப ஒண்ணும் பிரச்னை இல்லையே?"

"அந்த ஆள் திட்றானே?"

"சேச்சே"

"இங்க கேட்டுதே?"

"அதெல்லாம் சகஜம். தப்பு என்மேல தான். பில் அனுப்பச் சொல்லி இருக்கேன். சரி அதை விடு என்ன பேசிக்கிட்டிருந்தோம்?"

காரை ஸ்டாட் செய்தான்.

"அரிசி..." என்றாள்.

"சுஜாதா கதை, ம்... சொல்லு. ஆக்ஸிடெண்ட் ஆயிடும்."

"எல்லோரும் வேடிக்கை பார்த்துகிட்டே நிப்பாங்க. போலீஸ் வருதுன்னு தெரிஞ்சதும் அவனவன் நழுவிடுவான். ஒருத்தன் வாலண்டரியாச் சாட்சி சொல்ல வந்தா, இந்தச் சட்டமும், போலீசும் ப்ரொஸிசர்ஸ்ங்கற பேர்ல அவனை எப்படி இழுத்தடிக்கிறாங்கன்னு அழகாகச் சொல்லியிருப்பார். மோகன் அதோ பாருங்க" என்று கத்தினாள்.

எதிரே சாலையில், தூரத்தில் தெளிவில்லாமல் மூட்டை போல் தெரிந்து அருகே வரப் புரிந்தது!

'வ்வுவா' என்று தொடையைப் பிடித்துக் கொண்டாள்.

"ஒன்மோர் ஆக்ஸிடெண்ட்!" என்றான் அவன்.

"அய்யோ! பார்க்க சகிக்கலை. வண்டியை எடுங்க"

"சரியா தலை மட்டும் சிதறியிருக்கு. பொண்ணு மாதிரி தெரியுது. அஸ் எ சிடிஸன், போலீசுக்குத் தெரிவிக்கறது நம்ம கடமையில்லையா சித்ரா?"

"ஊர்ல ஆயிரம் ஆக்சிடெண்ட் நடக்குது. வாங்க வண்டியை எடுங்க, எனக்கு வாந்தி வர்ற மாதிரி இருக்கு."

"இங்கே பக்கத்திலே போலீஸ் ஸ்டேஷன் இருக்கா தெரியமா?"

"மை காட்! இப்ப என்ன செய்யப்போறீங்க!"

"போய் இது மாதிரி ஆக்சிடெண்ட் நடந்து பாடி ரோட்ல கிடக்குன்னு சொல்லத்தான்."

"இப்பத்தானே அரிசி கதை பேசிக்கிட்டு வந்தோம்? கோர்ட்டுக்கு இழுத்தடிப்பாங்க மோகன். அடுத்த வாரம் என் அக்கா பையனுக்குக் கல்யாணம். அதுக்கு நாம போகணும். நமக்கெதுக்கு வம்பு? காலையிலே பார்க்கிற யாராச்சும் சொல்லிக்குவாங்க. நாம போலாம்."

"அது தப்பு சித்ரா?"

"இப்ப புறப்படப் போறீங்களா இல்லையா? கண்டுபிடிக்க முடியாட்டி, 'நீ தாண்டா ஏத்திக் கொன்னே'ன்னு உங்க பக்கமே திரும்பிடுவாங்க, கமான் டார்லிங்!"

தயங்கிப் புறப்பட்டு 'அதை'க் கடந்து காரை ஓட்டினான் மோகன் என்கிற அவன்.

வந்த வழியே திரும்பாமல் அசோக் நகரை விட்டு விலகி நுங்கம்பாக்கம் டேங்க் ரோடு எல்லாம் வந்து, மவுண்ட் ரோட்டில் கலந்து, சைதாப்பேட்டை வந்து, நியூ போக் ரோடு, கோவிந்தன் ரோடு என்று விசுவம் தலையைச் சுற்றி மூக்கைத் தொட்டபோது,

மணி இரண்டை நெருங்கிக் கொண்டிருந்தது.

காரை நிறுத்தி, காம்பவுண்ட் கேட்டைத் திறந்து உள்ளே செலுத்தி, மறுபடி கேட்டை மூடினான். இன்னொரு தடவை இடித்து விரைவில் வருகிறது மழை என்று விளம்பரம் தந்தது ஆகாயம்.

காரை டிக்கி, டயர்கள் என்று சுத்தமாய கழுவ அரை மணி நேரம் ஆயிற்று. அதற்குப் பிறகு மாடி அறைக்கு வந்தான் விசுவம்.

படுக்கை மேல் உறைந்து போன ரத்தத் திப்பிகள் பெட் ஷீட்டை எடுத்து மெத்தை உறையைக் கழற்றி, கறைபட்டிருந்த இரண்டு தலையணை உறைகளைக் கழற்றி ஒரு பக்கமாய் விசிறிப் போட்டான்.

கீதாவின் சேலை ஜாக்கெட் எடுத்து அத்தோடு போட்டான். பாத்ரூம் சென்று பக்கெட் நிறையத் தண்ணீர் எடுத்து வந்து கவனமாய் தரை, நாற்காலியில் ரத்தக் கறைகள் தென்பட்ட இடம் எல்லாம் பார்த்துப் பார்த்துத் துடைத்தான்.

மாடிப்படிகள், ஹால் என்று எல்லா இடங்களிலும் லைட்டைப் போட்டு, உன்னிப்பாய் கவனித்துக் கறைகளைத் துடைத்தான்.

பெட்ஷீட், தலையணை உறைகள், சேலை எல்லாவற்றையும் எடுத்துச் சென்று பாத்ரூமுக்குள் போட்டுவிட்டு, சமையலறை சென்று கெரசின் பாட்டில் எடுத்து வந்தான்.

ஒவ்வொரு துணியாக பிளஷ்-அவுட் மேல் போட்டு கெரசின் ஊற்றித் தீ வைத்தான். எரிந்தது. சாம்பலானது. சாம்பல் பேசினுக்குள் நீரில் கரைந்து சென்றது. பெட்ஷீட்டை ஏழெட்டுச் சின்னத் துண்டுகளாகக் கத்திரிக்கோலால் வெட்டி சுவர்களில் கரிபடாமல் எரித்து, எரித்துத் தண்ணீர் ஊற்றினான்.

மெத்தைக்கு வேறு உறை மாற்றினான். மேலே வேறு பெட்ஸ்பிரட் போட்டான். பாத்ரூமில் டெட்டால் தெளித்தான். அறையில் ஒரு கட்டு ஊதுபத்திகளைக் கொளுத்தி வைத்தான்.

கீதா கொண்டு வந்த ஹாண்ட்பாக் மேஜை மேல் இருந்தது.

கண்களைச் சுழட்டியது. தூக்கமும் சோர்வும் அவனைத் தள்ளின.

'ஹாண்ட் பாகில் என்ன இருக்கிறது என்று பார்த்து விட்டு அதையும் அழித்துவிட வேண்டும்' அதை எடுத்து அப்படியே மெத்தைக்கு அடியில் நுழைத்து நடு மையத்தில் வைத்தான். 'காலையில் பார்க்கலாம் இதை.'

பாண்டைக்கூடக் கழற்றாமல் அப்படியே விழுந்தவன் உடனடியாய் தூங்கிப் போனான்.

காலிங்பெல் விடாமல் ஒலிக்க...

விருட்டென்று விசுவம் எழுந்து அமர்ந்தபோது ஊரெல்லாம் உலகெல்லாம் வெளிச்சமாய் விடிந்திருந்தது.

கீழே காலிங்பெல் விடாமல் ஒலிக்க...

எழுந்து கண்களைக் கசக்கிக் கொண்டு அறையைவிட்டு வந்து படிகளில் இறங்கினான். மணி வந்திருப்பான். பதட்டப்படக் கூடாது. சகஜமாய்ப் பேச வேண்டும்.

காலிங்பெல் இன்னும் ஒலித்தது.

"கமிங், கமிங்" என்று கத்திக்கொண்டே திறந்தான்.

நடராஜன் நின்று கொண்டிருந்தார்!

✲ ✲ ✲

அத்தியாயம்

8

இ.பி.கோ. - 182: தவறான தகவல்களைத் தருதல்.

தண்டனை: ஆறு மாதம் சிறை அல்லது ஆயிரம் ரூபாய் வரை அபராதம் அல்லது இரண்டும்.

நடராஜன் நின்று கொண்டிருக்கப் பகீரென்றது.

காலங்கார்த்தாலே இவர் எதற்காக இங்கே வந்திருக்கிறார்?

"என்ன சார், தூக்கத்திலே தொந்தரவு பண்ணிட்டேனா?"

"பரவாயில்லை, என்ன விஷயம்?"

"உள்ள வந்து சொல்றேனே?"

"வாங்கோ."

ஹாலில் சோபாவில் உட்காரச் சொல்ல, உட்கார்ந்தார் நடராஜன். எதிரே அமர்ந்து கொண்டு கொட்டாவி விட்டான் விசுவம்.

"ஏன் சார் கண்ணெல்லாம் இப்படிச் சிவந்திருக்கு? ராத்திரி சரியாத் தூங்கலையா?" என்றார். கதர் சட்டை போட்டிருந்தார்.

"ரொம்ப நேரமாய்டுச்சி, உங்ககிட்ட போன்ல பேசிட்டு ஒரு நாவலைப் பாதியிலே வச்சிருந்தேன். அதை முடிச்சிட்டுதான் படுத்தேன். அது இருக்கட்டும். என்ன காலையிலேயே இந்தப் பக்கம்?"

"நான் பணத்துக்காக வரலை சார்."

"பின்னே?"

"உங்ககிட்டே சில விவரங்கள் கேட்டுட்டுப் போகலாம்னு வந்தேன்."

"என்ன விவரங்கள்?"

"காலையிலே சுருக்க எழுந்திரிச்சி கீதா தங்கியிருக்கிற இடத்துக்குப் போனேன். பூட்டியிருந்தது. விசாரிச்சேன். நேத்துக் காலையிலே புறப்பட்டுப் போனவ திரும்பி வரவே இல்லைன்னு சொல்றாங்க பக்கத்து வீடுகள்ல."

"சரி, அதுக்கு என்னை என்ன பண்ணச் சொல்றீங்க?" என்றான் விசுவம் கோபத்துடன்.

"நீங்க ஏன் சார் கோபப்படறீங்க? நேத்துப் பூரா. உங்ககூட இருந்திருக்கா." சட்டை பாக்கெட்டுக்குள் தீப்பெட்டி.

"அதனாலே?"

"அதனாலே உங்ககிட்டே நல்லா விசாரிக்கலாம்னு வந்தேன்."

"என்ன, என்ன நல்லா விசாரிக்கணுமா? அதான் நேத்து ராத்திரியே போன் பண்ணி விவரத்தைச் சொன்னேனில்லே? அவ்வளவுதான் எனக்குத் தெரியும்."

"நீங்க ஏன் இப்படிப் படபடன்னு பேசறீங்கன்னே எனக்குப் புரியலை?"

"பின்னே என்னைய்யா? காசு கொடுத்தா வர்றவ வந்தா. சாயங்காலமே போகணும்னா. சரி போன்னேன். போய்ட்டா. அதை உங்ககிட்டேயும் போன் பண்ணிச் சொல்லிட்டேன். காலையிலே ரொம்ப முக்கியமா எழுப்பி மறுபடி கேட்டா எரிச்சல் வராதா?"

"உங்ககிட்டே என்ன சொன்னா? தெளிவாய்ச் சொல்லுங்களேன் இன்னொரு தடவை."

"மை காட்! இதெல்லாம் எனக்கு வேணும் உங்க சகவாசம் இப்படித்தான் கொண்டாந்து நிப்பாட்டும்; என்னமோ குற்றவாளிக் கூண்டிலே நிறுத்திக் கேக்கற மாதிரி கேள்வி கேக்கறீங்களே? போன்ல சொன்னதுதான் விவரம். சும்மாக் காலையிலே என்னை துளைக்கக் கூடாது ம்... உங்களுக்கு எவ்வளவு பணம் தரணும்? தத்துடறேன். வாங்கிட்டுப் போயிடுங்க. ஜென்மத்துக்கும் உங்களைக் கூப்புடலை" விருட்டென்று எழுந்தான் விசுவம்.

விசுவத்துக்குள்ளே ஒரு மனசு 'நீ அனாவசியமாய் ஓவர் ஆக்ட் செய்கிறாய்?' என்று எச்சரித்துக் கொண்டிருந்தாலும், மறுபடி, மறுபடி அவர் கேட்பது ஒருவித எரிச்சல் கலந்த கோபத்தை முடுக்கி விட்டுக் கொண்டிருந்தது.

"சார் உக்காருங்க. நான் இப்ப பணத்துக்காக வரலை இதுவே வேற யாராவது இப்படிக் கடுப்பா என்கிட்டே பேசியிருந்தா நான்

பதில் பேசற விதமே வேற. நீங்க ஏதோ மூடுல இருக்கிங்க. ஆனா எனக்கு கீதா எங்கே போனான்னு தெரிஞ்சாகணும். எனக்கு அவ முக்கியம். அதனால்தான் நேரிலே இன்னும் விவரமாத் தெரிஞ்சுக்கலாம்னு வந்தேன். ராத்திரி பூரா அவ வீட்டுக்குத் திரும்பி வரவில்லையே?”

விசுவம் அரை நிமிடம் சிரித்தான்.

“ஏன் சிரிக்கிறீங்க?”

“ஏதோ குடும்பப் பொண்ணு காணாமப்போனது மாதிரிப் பேசறீங்களே? அதுக்காகச் சிரிச்சேன்! அவ ராத்திரி வீட்டுக்கு வராமப் போறதுங்கறது சகஜம், வந்தாதான் ஆச்சரியம்! வேற எங்கே என்ன எங்கேஜ்மெண்ட்டோ?”

“என்கிட்டே போன் பண்ணிச் சொல்லிடுவா. காலையிலே பத்து மணிக்குப் பம்பாய் கிளம்ப வேண்டியவ, அதுக்கான ஏற்பாடுகள் செய்யணும்னு உங்ககிட்ட சொல்லிட்டுப் பாதியிலேயே கழண்டுகிட்டவ வீட்டுக்கு வந்தாகணுமே?”

“சரி, இப்போ இதிலே நான் என்ன செய்யணும்ங்கறீங்க?”

“இப்போ மணி எட்டே கால். ஒன்பதே முக்காலுக்கு தாதர் எக்ஸ்பிரஸ். அதிலேதானே போறதா சொன்னா?”

“ஆமாம்.”

“நான் காலையிலே ஆறரை மணிக்கு அவ வீட்டுக்குப் போனேன். அவ இல்லே.”

“இப்போ ஒரு வேளை வந்திருக்கலாம்?”

“ஒரு போன் பண்ணிக்கட்டுமா சார்?”

“சரி பண்ணிக்கிங்க. போன் வச்சிருக்காளா?”

“தொழிலுக்கு இரண்டாவது மூலதனப் பொருளே! அது தானே?”

நடராஜன் எழுந்து மாடிப்படிகள் புறப்படும் இடத்தில் அருகே ஸ்டான்டின் மேல் இருந்த போனை எடுத்து ஒவ்வொரு எண்ணையும் ட்ர்ர் ரட்டு என்று சுற்றும் போது விசுவத்திற்கு பக் என்றது. சரியான விடாக்கண்டனாய் இருக்கிறானே? இவனை வெட்ட வேண்டும். எப்படி?

இரண்டு நிமிஷம் காதருகில் வைத்திருந்து விட்டு ரிசீவரை வைத்து விட்டு திரும்ப வந்தார் நடராஜன்.

“ரிங் போய்க்கிட்டே இருக்கு. அவ எடுக்கல்லே.”

“சரி, உங்களுக்கு எவ்வளவு தரணும் நான்?”

“அதை நான் சாயங்காலம் வாங்கிக்கறேன் சார்.”

“சாயங்காலம் நான் வீட்டில் இருக்க மாட்டேன்.”

“நாளைக்கு வாங்கிக்கறேன். இதோட நம்ம தொடர்பு விட்டுப் போச்சா என்ன? அது இருக்கட்டும், அவள் பர்மனென்டா பம்பாய்ல இருந்துடப் போறதாவா சொன்னா?”

“ஆமாம்.”

“அப்போ வீட்டைக் காலி பண்ண வேணாமா? டெலிபோன் திருப்பிக் கொடுக்க வேணாமா? ஊரை விட்டுப் போறதுன்னா எவ்வளவு காரியம் இருக்கு?”

“பம்பாய் போய் செட்டில் ஆய்ட்டு அப்புறம் ஒரு மாசம் கழிச்சு வந்து எல்லாத்தையும் செட்டில் பண்ணலாம்னு நினைச்சிருக்கலாம்?”

“அதெல்லாம் கூட சரின்னு வைங்க, என்கிட்டே சொல்லாம அவ முடிவு எடுக்க மாட்டாளே?”

“அது அவளைக் கேக்க வேண்டிய கேள்வி.”

“கேக்கத்தான் போறேன் மணி ஆகிடலை, நேரா சென்ட்ரல் போறேன். கேட்டுக்கறேன் உங்களைத் தொந்தரவு பண்ணிட்டேன்.”

வேகமாக வாசலுக்கு நடந்தார் நடராஜன். பின்னாலேயே வந்தான் விசுவம் கதவைச் சாத்த.

"வர்றேன் சார்" என்று காம்பவுண்ட் கேட்டை நோக்கி நடந்தவர் காரைப் பார்த்துவிட்டு நின்றார்.

"என்ன சார் இது? இவ்வளவு பெரிய டொக்கு விழுந்திருக்கு?"

"ஆமாம். நேத்து ஒரு சின்ன ஆக்ஸிடெண்ட்."

"ஏன் நம்பர் போர்டு இல்லாம வச்சிருக்கிங்க? அன்னிக்கெல்லாம்கூட இருந்திச்சே?"

சுரீர் என்றது.

"ராத்திரி டிக்கி எல்லாம் கழுவியபொழுது கவனமாய் நம்பர் பிளேட்டுகளைப் பொருத்த மறந்து விட்டேன்."

"நம்பர் கொட்டிப் போய்டுச்சி. எழுதக் கொடுத்திருக்கேன்."

"சரி. நான் வர்றேன் சார்" என்று வெளியேறினார் நடராஜன்.

மெரீனா கடற்கரையின் நீளத்திற்கு ஒரு பெருமூச்சு விட்டான் விசுவம். அவசரமாய் ஸ்க்ரூ டிரைவர் எடுத்து வந்து நம்பர் பிளேட்டுகளை முதல் காரியமாகப் பொருத்தினான்.

இரண்டு வடமொழி எழுத்துகளைத் தன் பெயரில் கொண்ட டெபுடி கமிஷனர் ஹரிஹரன் இளமையாய், உயரமாய், மீசையின் நுனிகளில் சிற்சில செம்பட்டை தட்டிக்கிடக்க தூசு அடிக்காதிருக்க வெள்ளைக் கண்ணாடி அணிந்து, சிகப்பான முகத்தில் தாடைக்குக் கீழே ஒரு தடவை கிழிந்து தையல் போட்டதன் அடையாளத்தை வைத்துக் கொண்டு, இந்தியனாய் இருந்து, இந்தியப் பொருட்களை வாங்கும் கொள்கைப்படி ஹெச்.எம்.டி. கெடிகாரம் கட்டிக்கொண்டு இருந்தார்.

தற்சமயம் நியூ ஆவடி ரோட்டில் இருந்தார்.

பிஸியாய் உத்தரவுகளை இட்டுக் கொண்டு இருந்தார். ஃபாரன்சிக் லாபரெட்டரி மனிதர்கள் கற்ற வித்தை காட்டிக்

கொண்டிருந்தார்கள். கான்ஸ்டபிள்கள் அதிகக் கூட்டம் சுற்றி நிற்காவிட்டாலும் 'தள்ளிப் போங்க' என்று தடியைச் சுழற்றிக் கொண்டிருந்தார்கள். காமிராவைக் கண்ணில் வைத்து உட்கார்ந்து, நிமிர்ந்து, சாய்ந்து போட்டோ எடுத்தான் கிராஃபர் இன்ஸ்பெக்டர் அருணாசலம். இன்ச்டேப் வைத்துத் தூரங்கள் கணக்கிட்டுக் குறித்துக் கொண்டிருக்க, டயர் அச்சு கிடைக்கிறதா என்று இரண்டு பேர் தடவினார்கள்.

ஜீப்பின் பானெட் மேல் பாலிதின் பையில் போடப்பட்ட மல்லிகைப் பூக்களின் உதிரிகளும், கண்ணாடி வளையல் துண்டுகளும், காதில் அணியும் தங்க ஸ்டட்களும் இருந்தன.

"ஓட்டேரி ஸ்டேஷன் எஸ்.ஐ. எங்கே?" என்றார் ஹரிஹரன்.

எதையோ எழுதிக் கொண்டிருந்தவர் "இதோ" என்று வந்தார்.

"ஆம்புலன்ஸ் வந்து நிக்கிது. ஏன் டிலே பண்றாங்க?"

"பின் டோர் ஏதோ மக்கர் பண்ணுது. இப்ப திறந்துடுவார்கள்."

"என்ன இந்த கேஸின் கதை? சொல்லுங்க பார்க்கலாம்."

"சிம்பிள். ரேப் பண்ணிருக்கான். வெளியே சொல்லிடாம இருக்கணும்னு மர்டர் பண்ணிருக்கான். அதுவும் பத்தாதுன்னு அடையாளம் தெரியக் கூடாதுங்கறத்துக்காக வேணும்னே காரை மூஞ்சி மேல ஏத்தியிருக்கான்."

"வெரி குட் இந்தக் குற்றங்கள் எல்லாம் நடந்தது எங்கே?"

"அந்த மரங்களின் பின்னாடி மணல் மேலே போராட்டம் தெரியுது. உடைஞ்ச வளையல் துண்டுகள் எல்லாம் கிடக்கே? ஸோ, இங்கேதான்."

"மிஸ்டர், உங்க பேரென்ன?"

"சதாசிவம்."

"மிஸ்டர் சதாசிவம், அப்பியரன்சஸ் ஆர் டிஸெப்டிவ், கற்பழிப்புக் கூட இங்கே நடந்திருக்கலாம். ஆனா கொலை இங்கே

நடக்கலை, மூஞ்சி மேலே கார் டயர் ஏறினா எத்தனை ரத்தம் சிதறணும்? வெளியேறணும்? சிதறியிருக்கா? இல்லை. ஸ்டேபிங் (கத்திக்குத்து) சரியா நெஞ்சுக் குழியிலே இறங்கியிருக்கு. எவ்வளவு ரத்தம் கொட்டணும்? எங்கே போச்சு ரத்தம்? உள்ளுக்குள்ளேயே க்ளாட் ஆய்டுச்சா? சாத்தியம் இல்லை. ஆவியாப் போகறத்துக்கு அது ஒண்ணும் பெட்ரோல் இல்லை! ஸம் திங் ராங்!" என்றார் ஹரிஹரன்.

✲ ✲ ✲

அத்தியாயம்

9

இ.பி.கோ. - 187: பப்ளிக் சர்வெண்ட்ஸ் தங்கள் கடமையைச் செய்யும் போது ஒத்துழைக்க மறுத்தால்.

தண்டனை: ஒரு மாத ஜெயில் அல்லது இருநூறு வரை அபராதம் அல்லது இரண்டும்.

டெபுடி கமிஷனர் கால் சட்டைப் பையிலிருந்து சிகரெட் கேஸ் எடுத்து அதைத் திறந்து ஒரு சிகரெட்டை எடுத்துக் கொண்டு மூடினார். தீ வேண்டித் தடவினார்.

“மே ஐ ஹெல்ப் சார்?” என்று சதாசிவம் தன் லைட்டரால் அவர் சிகரெட்டின் நுனியைப் பொசுக்கினார்.

“ஸோ. கொலை இங்கே நடக்கலே?” என்றார் ஹரிஹரன்.

சதாசிவம் தனக்குள் தன்னையே திட்டிக் கொண்டார். ‘எவ்வளவு ரத்தம் சிந்தியிருக்க வேண்டும் என்கிற சின்ன விஷயம் தன் மனசுக்குள் முதலிலேயே பட்டிருந்தால் இவரிடம் ஒரு சபாஷ் வாங்கியிருக்கலாமே?’

“யெஸ் சார்” என்றார்.

சற்றுத் தள்ளி இன்ஸ்பெக்டர் அருணாசலம் கண்ணாடி அணிந்த, காமிரா அணிந்த ஓர் இளைஞனைத் தடித்த வார்த்தைகளால் புறக்கணித்துக் கொண்டிருந்தார். ஜிப்பா அணிந்த அவன் மறுபடி மறுபடி ஏதோ கூறிக்கொண்டிருக்க, ஹரிஹரன் அவனைத் தன்னருகில் அழைத்தார்.

“என்ன?”

“யெஸ் சார், நான் ஒரு ஸ்டில் எடுக்க பர்மிஷன் கேட்டேன். தரமாட்டேங்கறார்?”

“என்னத்துக்கு ஸ்டில்? அங்க பாருங்க! தலை சட்னி மாதிரி ஆகிக்கிடக்கு! சும்மா நியூஸ் மட்டும் போடுங்களேன்!”

“போட்டோ போட்டா நல்லா இருக்குமேன்னு பார்த்தேன்?”

“சரி, எடுத்துக்கங்க. ஒரு நிமிஷம். ஒரு நிமிஷம் பிரெஸ்ட் தெரியுது. அருணாசலம், அந்த பனியனைக் கொஞ்சம் இழுத்து அதை மூடுங்களேன்! உங்க பேரென்ன பிரதர்?”

“ராமசாமி.”

“என்ன தலைப்புப் போடப் போறீங்க?”

“இன்னும் யோசிக்கலை. ‘கன்னிப் பெண் கற்பழித்துக் கொலை?’ அப்படி ஏதாவது போடுவோம்.”

“இதுக்கு முன்னாடி இவ கன்னின்னு உங்களுக்குத் தெரியுமா? போங்க போய் எடுங்க. வேன் கதவு திறந்தாச்சாப்பா?”

“ஆச்சு சார்?” என்றார் கான்ஸ்டபிள்.

“என்ன மிஸ்டர் சதாசிவம், இன்னொரு தடவை பாடியைப் பார்க்கலாமா? ஒவ்வொரு தடவை பார்க்கிறப்பவும் புதுசா எதாச்சும் கிடைக்கலாம்” என்று சிகரெட்டை ஜீப்பின் டயரில் வைத்து நசுக்கிப் போட்டு விட்டுப் பத்து, பதினைந்தடி தள்ளிக்கிடந்த பிணத்தின் அருகே வந்தார் ஹரிஹரன்.

“மாடர்ன் கேர்ள் வயசு கம்மிதான். இடுப்பிலே சதை இல்லை. ஜீன்ஸ்பாண்ட். டி. ஷர்ட், மல்லிகைப் பூ, கண்ணாடி வளையல், நெருடுதே எதுவோ? உங்களுக்கு நெருடலை?” என்றார் அருணாசலத்தைப் பார்த்து.

“நானும் அதான் யோசிச்சேன் சார். இந்த டிரெஸுக்கு வளையல் போட்டுக்குவாங்களா, தெரியலை. ஆனா நிச்சயமாய் பூ வச்சுக்க மாட்டாங்க.”

“பக்கத்திலே எங்கயாச்சும் ரத்தம் உறைஞ்சு போய் திட்டா இருக்கான்னு பார்க்கச் சொன்னனே?”

“பார்த்தாச்சு சார், அப்படி ஒண்ணும் இல்லை.”

“ஸ்ட்ரேன்ஞ்! வெரி ஸ்ட்ரேன்ஞ்! வளையல்கள் ஒடிஞ்சு கிடக்கு! பூ சிதறிக் கிடக்கு! மணலிலே புரண்ட, போராடின அடையாளங்கள் இருக்கு! டிரெஸ் கிழிஞ்சிருக்கு! ஸோ, ரேப் அப்படிங்கிறது தெரியது. போஸ்ட்மார்ட்டத்திலே அது கன்ஃபர்ம் ஆய்டும். ஆனா சில விஷயங்கள் நெருடுதே! டிரஸ்சுக்கும், பூவுக்கும் பொருந்தாதுகூட செகண்டரியா வைக்கலாம். ரத்தம் எங்கே? அருணாசலம்! ஜீப்புக்குப் போய் தகவல் கொடுங்க.”

“தகவல் கொடுத்துட்டேன் சார். வந்துக்கிட்டே இருக்கும்.”

“வெரி குட்.”

ஹரிஹரன் பிணத்துக்கு அருகில் குந்தி உட்கார்ந்தார். விரல்களில் தலைமுடி ஏதாவது தென்படுகிறதா என்று பிரித்துப் பார்த்தார். கர்சீப் போட்டு, பனியனில் கிழிந்திருந்த இரண்டு இடங்களில் உன்னிப்பாய்ப் பார்த்தார். தலையை ஆட்டிக் கொண்டார்.

“குழப்புதே? பனியன் கன்னா பின்னான்னு கிழிஞ்சிருக்கு ஆனா ஒரு இடத்திலே கூட உடம்பிலே நகக்கீறல் இல்லை! சரி, அவனுக்கு நீளமான நகம் இல்லை! சரி, தினம் குளிச்சுடற மாதிரி நகம் வெட்டிக்கிறவன்னு வைப்போம். இந்தப் பொண்ணு பதிலுக்குப் போராடறப்போ என்ன செஞ்சிருப்பா? என்ன மிஸ்டர் சதாசிவம் ஒரு பொண்ணு கற்பைக் காப்பாத்திக்க எப்படிப் போராடுவா?”

‘இதென்ன இவர் ரெண்டு வாக்கியத்துக்கு ஒரு முறை என்னையே கேட்கிறார்?’ என்று பரபரத்தார் சதாசிவம்.

“குத்துவா, தள்ளுவா, பல்லால கடிப்பா” என்றார்.

“முக்கியமானதை விட்டுடுங்க. காந்தி கூடச் சொல்லிருக்காரே? நகத்தாலே கீறுவா?”

“அடச்சே?” என்று உணர்ந்தார் சதாசிவம்.

“யெஸ் சார்!”

“இந்தப் பெண்ணுக்குப் பாருங்க, நகம் எல்லாம் நீளமா இருக்கு. ஆனா சுத்தமா இருக்கு, ரத்த அடையாளமோ சதைத் துணுக்கோ தெரியலையே? தசரதன், ஹலோ தசரதன், இங்கே வாங்களேன்.”

பூதக் கண்ணாடியோடு தசரதன் வந்தார்.

“என்ன டயர் மார்க் கிடைக்குதா?”

“இல்லையே சார்! மண் ரோடுன்னு க்ளீனா இருக்கும். அச்சை வச்சி டயர் கம்பெனியையே கண்டுபிடிச்சுடலாம். சுத்தமான

தார் ரோடு. ஆயிரம் வண்டி போகுது. நோ மார்க்ஸ், ரத்தம் இல்லாததாலே முகத்திலேந்து கன்டின்யு ஆகிற இடத்திலே ஒரு அடிக்குக் கூட மார்க்ஸ் இல்லை!"

"போகட்டும். நகத்தைப் பார்த்திங்களா?"

"பார்த்துட்டேன் சார், படு சுத்தம்!"

நெற்றியில் பூத்திருந்த வியர்வைப் பொட்டுக்களை வழித்துக் கொண்டு எழுந்தார் ஹரிஹரன். அந்த நிருபர் வந்து, "தாங்க் யு. என்ன சார் நினைக்கிறீங்க கொலைபத்தி?" என்றான்.

"இனிமே நினைப்போம். வழக்கம் போல தீவிரப் புலன் விசாரணை செய்து வருகிறார்கள்னு எழுது. போய்யா?" என்றார்.

ஓடிவிட்டான்!

"இந்தப் பொண்ணு யாருங்கறதுக்கு ஒரு மண்ணும் துப்பு இல்லையே அருணாசலம்? இவ எந்த ஏரியாவைச் சேர்ந்தவ? அண்ணாநகரா? அயனாவரமா? சுத்தமா விறைச்சிடுச்சு உடம்பு. ராத்திரி நடந்திருக்கு. இங்கே ஏன் வந்தா? எப்படி வந்தா? அட! கற்பழிச்சான் போய்ட வேண்டியது தானே? ஏன் கொல்றான்? சரி கொல்றான். என்னத்துக்காக மூஞ்சை சிதைச்சான்? கொக்கி கொக்கியா எத்தனை கேள்விகள் வரிசையாக வந்துக்கிட்டிருக்கு பாருங்க? பொதுவா இந்த மாதிரிக் கொலைகளில் யார் செஞ்சதுங்கற ஒரே கேள்விதான் பெரிசாத் தொங்கிக்கிட்டிருக்கும். இங்கே கொலை பண்ணப்பட்டதே யாருன்னு தெரியலை."

"போஸ்ட்மார்ட்டத்துக்கு அனுப்பிடலாமா சார்? வேன் ரெடியா இருக்கு" என்றார் சதாசிவம்.

"இருங்க, பாண்ட் பாக்கெட்டுகள்ல இன்னொரு தடவை பார்த்துடுங்க அருணாசலம். சட்டையிலேயும் ஒண்ணுமில்லை. பத்துப் பைசா கூட எடுத்துக்காம வெளியே வருவாளா ஒருத்தி? ஒரு காகிதம், ஒரு பில்லு, ஒரு பஸ் டிக்கெட் கூடக் காணோம்!"

“மண்ணுல பட்டு அழுக்காயிருக்கு. ரெண்டுமே புது டிரஸ் சார். முதல் தடவை போடற மாதிரி இருக்கு.”

அருணாசலம் அமர்ந்து பிணத்தின் ஜீன்ஸ் பாண்டின் முன்புற பாக்கெட்டுகளிலும், சற்றுத் திருப்பிப் பின்புற பாக்கெட்டுகளிலும் விரல்களைச் செலுத்தித் தேடினார்.

“நத்திங் சார்” என்று எழுந்தார்.

அப்போது கான்ஸ்டபிள் ஒருவர் வேகமாய் வந்தார்.

“சார். கொஞ்சம் தள்ளி அந்த மரத்துக்கிட்டே இந்த கர்ச்சீப் கிடந்தது” என்று நீட்டினார்.

பரபரப்பாய் வாங்கிப் பிரித்துப் பார்த்தார் அருணாசலம். “ஜெண்ட்ஸ் கர்சீப்தான். ‘K’ன்னு வண்ணான் குறி இருக்கு சார்!”

“எந்த இடத்தில கிடந்திச்சு?”

கான்ஸ்டபிள் நடக்கப் பின்னாலேயே அனைவரும் நடக்க, வேடிக்கை பார்த்துக் கொண்டிருந்த பத்து, இருபது பேர்களும் நடந்தார்கள்.

“அவங்களையெல்லாம் போகச் சொல்லுங்க முதல்ல...”

“போங்க... போங்கய்யா. இங்கே என்ன டான்ஸா நடக்குது?”

கான்ஸ்டபிள் இடத்தைக் காட்டினார். சற்றுக் குண்டாயிருந்த மரத்தின் அடியில் சற்று ஒட்டியிருந்த வேரின் அருகே சுட்டினார். “இங்கே சார்.”

கண்களை மூடி யோசித்தார் ஹரிஹரன்.

“சார், நாய்கள் வந்திடுச்சு ஜீப்புலே.”

“லெட் தெம் ப்ரொசீட் அவங்க வேலையைப் பார்க்கச் சொல்லுங்க.”

கொழு கொழு என்று குதித்த நாய்களுக்கு நாக்குகள் வெளியே ஈரமாய்த் தொங்கிக் கொண்டிருந்தன. கண்களில் கூர்மையும்,

முகத்தில் கொடூரமும். கிட்டதட்ட கன்றுக்குட்டி அளவில் இருந்தன இரண்டும். வெள்ளை பனியனும், மொடமொடப்பாய் காக்கி ட்ரௌவுசரும் அணிந்த நபர்கள் சங்கிலியைப் பிடித்துக் கொண்டு கூட ஓடினார்கள்.

பிணம் அருகே ஓடிவந்து முகர்ந்து கண்ணாடி வளையல்கள் சிதறிக் கிடந்த மணல் சரிவுப்பக்கம் ஓடி கர்சிப் கிடந்த இடத்திற்கு ஓடி வந்து, பின் அம்பத்தூரிலிருந்து நகருக்குள் செல்லும் திசையில் ஓடத் துவங்க,

"ச்ச்" என்றார் ஹரிஹரன். "நாய்கள் சின்ன இடங்களுக்குத் தான் லாயக்கு. இங்கே ஏரியா பெரியது. குற்றவாளி பக்கத்திலே நூறடியில் பீடி குடித்துக் கொண்டிருக்க மாட்டான்! இப்போ நமக்கு வேலைகள் இந்த கேஸிலே நிறைய இருக்கு. இதை நானே டைரக்டாப் பார்க்கலாம்னு நினைக்கிறேன். ஏன்னா சிக்கலான விஷயங்கள்னா எனக்குப் பிடிக்கும். சரி, பாடியை ஏத்தி ஜி.ஹெச். சுக்கு அனுப்பிடுங்க. சதாசிவம், உங்க ஏரியாவில் வருது இது?"

"ஆமாம் சார்."

"நீங்க கூடப் போங்க வேன்ல. அப்புறம் அருணாசலம் நிறைய வேலை செய்யணும். மொதல் காரியமா எல்லா ஸ்டேஷனுக்கும் சொல்லி ஏதாச்சும் பொண்ணு மிஸ்ஸிங்ன்னு ரிப்போர்ட் வந்திருக்கான்னு பார்க்கணும். படிக்கிற பொண்ணா இருக்கலாம். காலேஜ் ஹாஸ்டல்ஸ், உமன்ஸ் ஹாஸ்டல்ஸ் இப்படி எங்கயாச்சும் மிஸ் ஆகியிருக்காங்களா யாராச்சும்னு கேக்கணும். அப்புறம்..."

பேசிக் கொண்டிருந்ததை நிறுத்தினார். கீதாவின் சிதைந்த உடல் ஸ்ட்ரெட்ச்சர் பலகையில் ஏற்றி வேனுக்குக் கொண்டு செல்லப்பட்டுக் கொண்டிருக்க

"ஒரு நிமிஷம் இருங்க" என்று பிணத்தை நெருங்கினார் ஹரிஹரன்.

"அருணாசலம், இந்த மாதிரி பாண்ட்டுகளுக்கு உள் பாக்கெட்டுகள் இருக்கலாம். நீங்க அதைப் பார்க்கலை" என்று

பாண்ட்டின் இடுப்புப் பகுதியின் உள் பக்கத்தில் துழாவினார். ஏதோ தட்டுப்பட இழுத்தார்.

பாண்ட்டின் டிசைன் எண், கடையின் பெயர், சைஸ், விலை எல்லாம் குறித்த அட்டை நூலோடு சேர்ந்து தொங்கிக் கொண்டிருந்தது!

✲ ✲ ✲

அத்தியாயம்

10

இ.பி.கோ. - 504: ஒரு குற்றம் செய்யத் தூண்டுமளவிற்கு வேண்டுமென்றே அவமதித்துக் கோபத்தை உண்டாக்குதல்.

தண்டனை: இரண்டு வருட ஜெயில் அல்லது அபராதம் அல்லது இரண்டும்.

"எத்தனை மணிக்குப் புறப்பட்டே மணி?" என்றான் விசுவம்.

கைகளைக் கோத்து உயர்த்திச் சோம்பல் முறித்தான் மணி. அருகே நீலநிறத்தில் சூட்கேஸ் மணி போதிய போஷாக்கு இல்லாமல் ஒரு பென்சில் கனத்திற்கு இருந்தான் என்று சொன்னால் அது மிகையாகும்.

ஆனால் ஒல்லி. கொஞ்ச நஞ்சம் எட்டிப் பார்த்த பூனை மயிர்களையும் மூக்குக்குக் கீழே மழித்திருந்தான். இருபத்து ஆறு வயசுக்குத் திரும்பிக் கூடப் பார்க்கக் கூடாத முன் வழுக்கை லேசாய் வந்திருக்க, தலையின் மற்ற பாகங்களிலிருந்து புறப்படும் கேசத்தை உதவிக்கழைத்து ஒரு மாதிரி செட்டப் செய்திருந்தான்.

நெடுக்கு நெடுக்குக் கோடுகள் போட்ட சட்டை இந்த நிமிஷ பாஷனுக்கு வந்து சேராத பாண்ட் வேஷ்டியை மடக்கிக் கட்டி விட்டு, முழுக்கை சட்டை போட்டு, அதை முழங்கைக்கு மேலே மடித்து விட்டு, காதில் பென்சில் செருகினால் சர்வர் மாதிரி இருப்பான்!

மணிக்கு மூளை வளர்ச்சி அத்தனை பற்றாது. இதற்கு உதாரணம் என்று சொல்ல ஆரம்பித்தால் ஓர் அத்தியாயமும் பற்றாது.

அத்தான் கேட்ட கேள்விக்குப் பொறுப்பாய் பதில் சொல்லியாக வேண்டுமே என்று தான் ரயிலைப் பிடிக்கிற அவசரத்தில் செருப்பில் இடது, வலது மாற்றி அணிந்ததில் துவங்கி, சக பயணி (கோகுல் கிருஷ்ணனாம் தஞ்சாவூர் பி.டபிள்யு.டி. ஆஃபீஸ் கிளார்க்காம்) எத்தனை ஆரஞ்சு பழங்கள் சாப்பிட்டார். இவனுக்கு எத்தனை சுளைகளைக் கொடுத்தார் என்பது வரை வர்ணித்து, எழும்பூர் வாசலில் ஆட்டோ டிரைவரிடம் எத்தனை சாமர்த்தியமாகப் பேரம் பேசினான் என்பதில் நுழைந்து, "சரி சௌக்கியமா வந்து சேர்ந்தே! போய்க் குளி. குளிச்சிட்டு வந்ததும் டிஃபனுக்கு வெளியே போகலாம்" என்றான் விசுவம்.

"ஏன்? வேலைக்காரன் என்ன ஆனான் அத்தான்?"

“பாண்டிச்சேரி போய்ருக்கான்.”

“என்ன அங்கே?”

“பொண்டாட்டிக்குப் பிரசவம்.”

“அதுக்கு இவனுக்கு என்ன?”

“இவன் பெண்டாட்டிக்குத்தான் பிரசவம்.”

“நீ போய்க் குளிச்சுட்டு வாயேன் ப்ளீஸ்.”

“கீழே பாத்ரூம் இருக்கா?”

“இருக்கு போ.”

“எனக்கு வென்னீர் வேணுமே?”

“அப்ப மாடிக்கு வா என் பாத்ரூமிலே ஹீட்டர் இருக்கு. போட்டுக்கோ”

மாடிக்கு விசுவத்தின் அறைக்குள் வந்தார்கள்.

“நாலு விஷயம் கத்துக்கணும்ங்கற இண்ட்ரெஸ்ட், வேணும் அத்தான். எப்படித்தான் பிழைக்கப் போறீங்களோ?” என்று சொல்லிவிட்டு பாத்ரூமுக்குள் நுழைந்து மணி கதவைச் சாத்திக் கொண்டதும், விசுவம் பெருமூச்சு விட்டான்.

‘இரண்டு நாட்கள் இவனோடு போராடித்தாக வேண்டும், ஏற்கெனவே மனுஷன் செத்துப் போய் கிடக்கிறேன் நொாங். நொாங் என்று இவன் வேறு?’

கட்டிலில் அமர்ந்தான் விசுவம். பாண்ட் பாக்கெட்டில் முட்டிக் கொண்டிருப்பதைக் கண்டு, நினைவு வந்து, கையை விட்டு லாக்கெட்டோடு கூடிய கீதாவின் செயினை எடுத்தான்.

மூன்று பவுன் இருக்கும். லாக்கெட் வெளியே சிகப்புக்கல் இருந்தது. திறந்தவுடன் உள்ளே கீதாவின் சின்ன ஃபோட்டோ இருந்தது விரல் நகத்தால் அதைப் பெயர்த்துக் கையில் எடுத்தான். புத்தக அலமாரிக்குச் சென்று பைண்டிங் செய்த கனமான புத்தகம்

ஒன்றை எடுத்து எட்டாவது அத்தியாயத்தில் வைத்து மூடிய பின் மறுபடி செயினை பாக்கெட்டில் போட்டுக் கொண்டான்.

அந்தக் கைப்பை நினைவுக்கு வர அதை எடுக்க மெத்தையை உயர்த்திய போது

பாத்ரூமுக்குள்ளிருந்து "அத்தான்!" என்றான் மணி.

"என்ன மணி?" என்றான் எரிச்சலாய்.

"ஒரு ஜோக் சொல்லட்டுமா?"

"மொதல்ல குளி."

"குளிச்சுட்டேன்" என்று கதவைத் திறந்து, துண்டைத் தோளில் போட்டுக் கொண்டு வெளியே வந்தான். "ஒருத்தன் கல்யாணத்துக்காக நிறையப் பொண்ணுங்களைப் பார்த்தானாம்."

"மணி, ஜோக் அப்புறம். டிரஸ் பண்ணிக்க. எனக்கும் பசிக்குது. மொதல்ல போய் சாப்புடலாம்."

"சென்ஸ் ஆஃப் ஹ்யூமரே கிடையாது உங்களுக்கு! அது சரி, இங்கே எதுக்காக நீங்க பயந்து பயந்து காரியம் செய்யணும்?"

"என்ன செஞ்சேன்?"

"அப்ப... டபாய்க்கிறீங்களா? பாத்ரூமுக்குள்ளே என்ன செஞ்சீங்க?"

"குளிச்சேன்."

"அது இல்லை, சிகரெட் குடிச்சிருக்கிங்க."

"இடியட்! நான் வெளியேவே குடிப்பேன்."

"பாத்ரூமிலே தீப்பெட்டிக்கு என்ன வேலை?"

சுரீர் என்று உணர்ந்தான். 'மை காட்! காரில் நம்பர் பிளேட்டுகள் பொருத்த மறந்து அப்புறம் சரி செய்தேன். தீப்பெட்டியை பாத்ரூமுக்குள் வைத்துவிட்டுக் கேள்வி கேட்க

இடமளித்திருக்கிறேன். இப்படி இது போல அங்கே சின்னச் சின்னதாய் ஏதும் தவறுகள் செய்திருப்பேனோ?'

"என்ன, சொல்லுங்க தீப்பெட்டி ஏன் பாத்ரூமிலே?"

"யெஸ். நீ சொன்னதுதான். என்னமோ ஜோக் சொன்னியே சொல்லு."

"இப்பத்தான் நீங்க அத்தான்!"

"ஜோக்கிலே என்ன சொன்னேன்?"

"யாரு கவனிச்சா?"

"ம் நிறையப் பொண்ணுங்களைப் பார்க்கிறானா, கடைசியிலே ஒரு டீச்சரைக் கல்யாணம் பண்ணிக்கச் சம்மதிச்சான். ஏன் தெரியுமா?"

"இது ஜோக் இல்லை, கேள்வி?"

"ஏன்னா, டீச்சர் தான் எதையும் ரிபீட்ன்னு சொல்லுவா, அதனாலே!"

"சட்டுப்புட்டுன்னு டிரெஸ் பண்ணிக்க. நாம கிளம்பலாம்."

"இதையெல்லாம் ரசிக்கிறதுக்கு அதிகமா மூளை வேணும் எல்லாரும் ரசிக்க முடியாது அத்தான்!"

தன் சூட்கேசைத் திறந்த குறுக்குக் குறுக்காய் கோடுகள் போட்ட சட்டையை எடுத்துப் போட்டுக் கொண்டான். 'அவ்வளவு அழுக்கு இல்லை' என்று துவைத்த துணியை, உதறுவது போல ஒரு தடவை உதறிவிட்டுப் பழைய பாண்ட்டையே போட்டுக் கொண்டு அதன் லூப்களில் வளையம் வளையமாய் அடித்த எதெடுத்தாலும் ரெண்டு ரூபாய்க்கு வாங்கிய பெல்ட்டை நுழைத்துக் கொண்டான்.

"இண்ட்டர்வ்யூ என்னிக்கு மணி?"

"நாளைக்குக் காலையிலே."

"இதே பாண்ட், இதே சட்டை போட்டுக்கிட்டுப் போ நிச்சயம் கிடைச்சுடும். ஜம்முன்னு இருக்கே!"

“இந்த சட்டைக்கு எத்தனை நேரம் செலக்ட் பண்ணேன் தெரியுமா? இருங்க இதை எங்கே எடுத்தேன்? ம்.... நம்ப வாஞ்சிநாதன் இல்லே?”

“ஆஷ்துரையை சுட்டானே?”

“இல்லை. நம்ம அமுக்குணி அய்யப்பன் தம்பி” என்று பால சரித்திரத்தில் இறங்கிய மணியை மீட்டுக் கொண்டு நடப்பு வருஷத்திற்கு வருவதற்குள் தொண்டை வறண்டு போனது விசுவத்திற்கு.

ஒரு வழியாய் இருவரும் மாடி அறையிலிருந்து இறங்கிக் கீழே ஹாலுக்கு வந்தபோது காலிங்பெல் ஒலித்தது.

மணி பார்த்தான் விசுவம். ஒன்பதரை. நடராஜன் மறுபடி வர இப்போது வாய்ப்பில்லை. சென்ட்ரலில் இருப்பார். எதிர்பார்த்த மணி வந்து விட்டான். போஸ்ட்மேனுக்கு உள்ளே வர வேலையில்லை. காம்பவுண்டில் பெட்டி இருக்கிறது.

யார்?

கதவைத் திறந்தான்.

முப்பது வயதிருக்கும் அவனுக்கு, கையில் கூலிங்கிளாஸ் வைத்திருந்தான். ‘வெள்ளை வெளேர் சலவைக்கு ‘டேஷ்’ சோப் உபயோகியுங்கள்’ என்று விளம்பரம் செய்யத் தோதாய் பாண்ட்டும், சிக்கென்று உடம்பைப் பிடிக்கும் கறுப்பு நிற பனியனும் அவன் அணிந்திருந்தான்.

“மிஸ்டர் விசுவம்ங்கறது...?”

“நான்தான். நீங்க?”

“என் பேர் திலக். ரொம்ப முக்கியமான விஷயமா உங்ககூடக் கொஞ்சம் தனியாப் பேசணும் சார்.”

“நாங்க இன்னும் சாப்புடலை அப்புறம் வாங்களேன்” என்றான் மணி.

“ரொம்ப முக்கியமான விஷயம். அஞ்சி நிமிஷம்தான். அதுக்குள்ள சொல்லிடறேன்” என்றான்.

“உள்ளே வாங்க”

“உங்ககிட்டே மட்டும் தனியாப் பேசணும் சார்?”

“மணி, நீ கீழே இரு. வாங்க. ரூமுக்குப் போகலாம்.”

அழைத்து வந்தான் அறைக்கு. அமரச் சொன்னான்.

“என்ன?” என்றான் விசுவம்.

“என்னை உங்களுக்குத் தெரியாது இல்லையா?” - திலக்.

“ஆமாம், தெரியாது.”

“நியூ ஆவடி ரோடு தெரியுமா?”

✲ ✲ ✲

அத்தியாயம்

11

இ.பி.கோ. - 499: ஒருவரின் மானத்திற்கு விளைவித்தல்.

தண்டனை: கி.பி.கோ. 500 - இரண்டாண்டு வரை சிறை அல்லது அபராதம் அல்லது இரண்டும்.

பொளரடியில் பளார் என்ற அடித்தது போலிருந்தது விசுவத்திற்கு உடன் ரத்த நாளங்களிலும், நுண்ணிய நரம்புகளிலும் பயமும், பரப்பரப்பும் கலந்தன. குப்பென வியர்த்தது.

திலக் கால் மேல் கால் போட்டுக் கொண்டு முழங்காலைக் கட்டிக்கொண்டு சிரித்த உதடுகளோடு பார்த்தான்.

"என்ன சார் சொல்லுங்க. நியூ ஆவடி ரோடு தெரியுமா?"

தன்னை மெல்லக் கட்டுப்படுத்திக் கொண்டான் விசுவம்.

"என்ன கேள்வி இது? சில்லி!"

"சில்லியா? என்ன சார், எவ்வளவு வேலை மெனக்கெட்டு உங்கள் நன்மைக்காக ஓடி வந்திருக்கேன்?"

"மிஸ்டர் திலக், பேசறதைப் புரியற மாதிரி பேசுங்க. மொதல்ல நீங்க யாருன்னு தெளிவாச் சொல்லுங்க. என்ன விஷயமா வந்தீங்க? ஏன் சம்மந்தம் இல்லாமக் கேள்வி கேக்கறிங்க?"

திலக் எழுந்தான். பாக்கெட்டிலிருந்து சின்னச் சீப்பு ஒன்றை எடுத்துப் பின் தலையை வாரிக்கொண்டான். அறையின் ஜன்னல் ஓரத்திற்குப் போனான். திரைச் சிலையை விலக்கி வெளிச்ச ஆகாயத்தைப் பார்த்தான்.

"அதென்ன குல்மோஹரா?" என்றான் அங்கிருந்தே.

விசுவம் பதில் பேசவில்லை.

விசுவத்திற்கு முதுகைக் காட்டிக் கொண்டே, ஜன்னலுக்கு வெளியே தூரமாய் பார்த்துக் கொண்டே மெதுவாகப் பேசினான் திலக்.

"தமிழ் பத்திரிகைகள் பார்க்கிறதுண்டா சார்?"

"கம் ஸ்ட்ரைட்."

"வர்றேன். வர்றேன். முதல்ல என்னை அறிமுகப்படுத்திக்க வேணுமா?" என்று திரும்பி அறையின் மூலையில் சின்ன ஸ்டாண்டில் இருந்த தலையை ஆட்டும் புலி பொம்மையை

அசைத்து விட்டு அதை ரசித்துக் கொண்டே, "பத்திரிகைகளுக்கு அட்டைப் படங்கள், பேட்டி, கட்டுரை இதுக்கெல்லாம் ஃபோட்டோஸ் எடுத்துக்கொடுக்கிற திலக் நான் தான். இன்னும் நீங்க பதில் சொல்லலை. நியூ ஆவடி ரோடு தெரியுமா?"

"எங்கே இருக்கு? பெங்களூர்லையா?" என்றான் விசுவம்.

"இல்லை. பெய்ரூட்ல!" என்று சொல்லிவிட்டு மறுபடி நாற்காலியில் அமர்ந்தான் திலக்.

"எனக்கு நிறைய வேலையிருக்கு மிஸ்டர்!"

"எனக்கில்லையா? சரி, நேரா வர்றேன். நான் எடுத்த சில இயற்கைக் காட்சிகளைப் பார்க்கிறிங்களா மிஸ்டர் விசுவம்?"

"நான் பத்திரிகை நடத்தலை."

"ஆனா நீங்க பார்க்கணும். இந்தாங்க. பாருங்க" என்று மார்புக்குள்ளிருந்து பாலிதீன் கவரை எடுத்து அதிலிருந்து நான்கைந்து போட்டோக்களை கார்டு சைசில் எடுத்து நீட்டினான்.

"எரிச்சல் தர்றீங்க" என்று அதைப் பார்த்தான்.

கேரள இயற்கைக் காட்சி, ஊட்டி பனிப்போர்வைக்குள் லைட்ஹவுஸ் கீழிருந்து மேல் கோணத்தில் எடுத்த போட்டோவில்...

படக் என்று எழுந்து விட்டான் விசுவம்.

அருகில் கார் நிற்க, சாலையில் கீதாவின் பிணம் இருக்க, அதன் தலையைக் கையில் பிடித்துக் கொண்டு விசுவம் இருந்தான்.

உறைந்து போனான் அவன். முகம் உடன் ரத்தம் இழந்து வெளுத்தது. இமைக்க மறந்த விழிகளுடன் வெறுத்தான் அவனை.

"என்ன சார், எப்படி இருக்கு?"

'மைகாட்! பளிச் என்று நேற்று அடித்த வெளிச்சம் மின்னல் இல்லையா? இவனின் காமிராவின் க்ளிக்கின் ஃப்ளாஷா? இவன்

எங்கே வந்தான். ஒரு பயலுக்கும் தெரியாது என்று மூச்சு விட்டுக் கொண்டிருக்க, சுத்தமாய் ஒரு போட்டோவுடன் வந்து இவன் நிற்கிறானே? நான் என்ன செய்யப் போகிறேன்? செத்தேன்? ஒழிந்தேன்?'

திலக்கின் கைகளைப் பிடித்துக் கொண்டான். என்ன பேசுவது என்று புரியவில்லை, தடுமாறினான். புதுசாய் மொழி கற்றவனாய் வார்த்தைக்கு திணறினான்.

"திலக்... திலக்... இது... இது எப்படி வந்து"

"ரிலாக்ஸ் ஜென்டில்மேன். அய்யய்யே! இப்ப என்ன ஆச்சி? ஏன் பதட்டடப்படறிங்க? உங்களுக்கு நன்மை செய்யத்தான் வந்திருக்கிறேன். கெடுதல் செய்ய இல்லை. கொலை எத்தனை பெரிய விஷயம்?"

"நான் கொலை செய்யலை."

"பூசணிக்காயை மறைக்க உங்ககிட்டே சோறு இல்லை மிஸ்டர் விசுவம்! எத்தனை சமர்த்தாக் காரியம் செஞ்சிங்க நேத்து."

"நேத்து செஞ்ச காரியங்கள் எல்லாம் உங்களுக்குத் தெரியாது. அந்தக் கொலையை நான் செய்யலை. ப்ளீஸ் ஹெல்ப் மீ... எனக்கு எதுவும் தெரியாது. என் தற்காப்புக்காக அய்யோ! நான் மேலே மேலே சிக்கலைப் பெருகப் பண்ணி என்னைச் செமத்தியாச் சிக்க வச்சிக்கிட்டேன். டெல் மீ, நீங்க எப்படி அங்கே வந்து ஃபோட்டோ எடுத்து... ஓ! மை ஃபேட்! எறும்புக்கும். ஈக்கும்கூடத் தெரியாதுன்னு நினைச்சிக்கிட்டிருந்தேனே!"

திலக் அவன் தோளில் தட்டினான்.

"இப்பவும் ஈ, எறும்பு இதுக்கெல்லாம் தெரியாது. விசுவம் என்கிறவரைத் தவிர எனக்கு மட்டும்தான் தெரியும். அம்பத்தூர்ல ஒரு கல்யாண ரிஸப்ஷன்ல போட்டோஸ் எடுத்துட்டுப் பேசிக்கிட்டிருந்துட்டுப் புறப்பட லேட்டாயிடுச்சி. என் பைக்கிலே திரும்பி வந்துக்கிட்டிருந்தப்போ. செயின் கழட்டிக்கிச்சு. ஒரு ஓரமா

வண்டியை நிறுத்திட்டு, அதைச் சரிப்படுத்த சைக்கிள்ளேயிருந்து இறங்கினேன். அதைச் சரிப்படுத்திக்கிட்டு வண்டிக்கிட்டே வந்தப்போ, தூரத்திலே ஒரு கார் வந்து, நின்னு, அதிலேர்ந்து ஒருத்தர் இறங்கிப் பரபரப்பா ரெண்டு பக்கமும் பார்த்தாரு. லாரி வந்தப்போ பானெட்டைத் தூக்கிவிட்டுக் குடையிற மாதிரி நடிச்சாரு. என்னடா இந்தாளு என்னமோ பண்றானேன்னு கொஞ்சம் முன்னாடி வந்து ஒரு மரத்துக்குப் பின்னாடி நின்னு பார்த்தேன். பார்த்தா டிக்கியைத் திறந்து பொணத்தை இழுத்து வெளியே போடாறார். எனக்குச் சிலிர்த்திடுச்சி. வண்டிகிட்டே வந்து காமிராவை எடுத்து, பிளாஷ் யூனிட்டை அட்டாச் பண்ணித் தயாரா இருந்தேன். என் ஃபிரேமுக்குள்ளே அந்தப் பிணத்தையும், அவரையும் சேர்த்து இணைக்கிறதுக்குள் அவர் என்னன்ன காரியங்கள் செய்தார் தெரியுமா?"

"தெரியும், கொல்லாதிங்க."

"நானா? நீங்க கொன்னுட்டு என்னைக் கொல்லாதிங்கன்னா எப்படி?"

"திலக், ப்ளீஸ்... எல்லாம் சொல்றேன். நான் கொலை செய்யலை."

இப்போது படக் என்று அறைக்குள் நுழைந்தான் மணி.

"மணி என்ன ஆகுது? அப்புறம் பேசக் கூடாதா? பசிக்கலையா? ஃபேன் இப்படி ஓடுது. ஆனாலும் என்ன இப்படி வேர்த்திருக்கு? விறகா பொளந்திங்க?"

"விசுவம் சார் விறகு பொளக்கலை தம்பி!"

"ப்ளீஸ்". கண்களால் கெஞ்சினான் விசுவம்.

திலக் எழுந்தான். மேஜை மேல் இருந்த போட்டோக்களை எடுத்துப் பனியனுக்குள் வைத்துக் கொண்டான்.

"வர்றேன் சார் அப்புறம் ஓய்வா, தனியா இருக்கிறப்போ வர்றேன். உங்களுக்கு நன்மைதான் செய்வேன். சந்திப்போம்."

விருட்டென்று வெளியேறினான்.

"யார் இது?" என்றான் மணி. "இதென்ன ஃபோட்டோஸ்?"

"அவர், ஃபோட்டோகிராபராம். ஒரு ஸ்டுடியோ ஆரம்பிக்கக் கடன் வேணுமாம்?"

"உங்களுக்கு அவரைத் தெரியுமா?"

"தெரியாது."

"பின்னே எப்படி வந்து கேட்டான்? அதுவும் என்னமோ தலைபோற சமாச்சாரம் மாதிரி..."

"தெரிஞ்சவன்கிட்டே கேட்டாத் தரமாட்டானே?"

மணிக்கு குழம்பியது. ஆனாலும், "அது சரிதான். வாங்க போகலாம்" என்று கிளம்பினான். ரொபாட் மனிதன் போல நடந்தான் விசுவம்.

தலைபோகிற சமாச்சாரம்தான்!

மாலை. இது எந்த மாதமோ, அந்த மாதக் காற்று வீசிக் கொண்டிருந்தது. மக்கள் வேலை முடிந்து வீடுகளுக்கு வந்து "நாளைக்குப் போகலாமே சினிமா. டயர்டா இருக்கு" என்றார்கள். டயர்ட் இல்லாதவர்கள் கியூவில் நின்றார்கள் டிக்கெட் வாங்க. செலவில்லா உல்லாசத்திற்குக் கடற்கரையை முற்றுகையிட்டனர் ஒரு வகை. 'சிக்' பார்க்க வாலிபர்களும், செருப்பைத் தூக்கிக் காட்ட வாலைக் (அப்படி என்றால் என்ன) குமரிகளும் சாலைகளில் இறங்கினார்கள்.

ஒரே ஒரு நிமிடம்...

இந்த மாலைச் சம்பவத்துக்கு முன் காலை ஒன்பதரை மணி வரை சென்றுவிட்டு வந்துவிடலாம்.

சென்ட்ரலில் பிளாட்பாரம் டிக்கெட்டைப் பொறுப்பாய் வாங்கிக் கொண்டார் நடராஜன். ஏழாவது பிளாட் ஃபாரத்திற்கு வந்தார்.

இன்னும் சில நிமிடங்களில் புறப்பட தாதர் எக்ஸ்பிரஸ் காத்திருந்தது நிறையப் பேர் இந்தியில் பேசினார்கள். அமிதாப்பச்சன் உடல்நிலை பற்றிக் கொறித்தார்கள். மார்வாடிப் பெண்களில் ஒருத்தர்கூட கறுப்பாய் இல்லை. குழந்தைகள் குண்டாய் இருந்தார்கள்.

நடராஜன் ரிஸர்வேஷன் கம்பார்ட்மெண்டுகளில் பெயரைத் தேடுவதோடு இல்லாமல் ஏறி ஏறிப் பார்த்து விட்டு இறங்கி, அப்புறம் அன்ரிசர்வ்ட் கம்பார்ட்மெண்டுகளிலும் கடலை விற்பவன் மாதிரி துப்புறவாய் செக்ஷனாய் நுழைந்து விட்டுத் திரும்பி வந்தார்.

பிளாட்பாரத்தில் பரபர என்று கண்களை அனுப்பினார். வழியனுப்ப வந்தவர்கள் ஆங்கிலத்தில் இனிய பயணம் அமைய வாழ்த்திக் கொண்டிருக்க...

கீதாவைக் காணோம்!

எக்ஸ்பிரஸ் கிளம்பியாகி விட்டது. நடராஜன் எரிச்சலுற்றார்.

‘கீதா பொய் சொல்லியிருக்க வேண்டும். ஆனால் கீதா நல்லவள். என்னிடம் எதையும் மறைத்ததில்லை. இல்லையென்றால் இந்த விசுவம்தான் பொய் சொல்லியிருக்க வேண்டும். விசாரிக்கும்போது ஏன் எரிந்து விழுந்தான்? கீதா எங்கேதான் போனாள்?’

நடராஜன் கோபமாய் வெளியேறினார்.

இந்த மாலையில் ஒரு நோக்கத்தோடு தன் மோட்டார் பைக்கைக் காலையில் போன அதே நியூ ஆவடி ரோட்டிற்கு விரட்டிக் கொண்டிருந்தார் டெபுடி கமிஷனர் ஹரிஹரன்.

✲ ✲ ✲

அத்தியாயம்

12

இ.பி.கோ. - 292: ஆபாசப் புத்தகங்கள் தொடர்பான குற்றங்கள்.

தண்டனை: இரண்டாண்டு சிறை மற்றும் இரண்டாயிரம் ரூபாய் வரை அபராதம்.

கல்யாணம் முடிந்து அம்மா வீட்டிலிருந்து புறப்படும் மணமகள் போல வானத்தில் வெளிச்சம் இன்னும் தயங்கிக் கொண்டிருந்தது. இந்திய விவசாயிகளின் நிலங்கள் போல துண்டு துண்டாய், தனித் தனியாய்க் கூட்டுச் சேராமல் தொங்கத் தொடங்கின நட்சத்திரங்கள். மரங்களுக்குத் திரும்பிய பறவைகள் "பத்திரமா இருக்கியா?" என குஞ்சுகளைக் கேட்டுத் திருப்தியடைந்தன.

ஒரு நாளின் கவர்ச்சிகரமான பொழுதுகள் விடியலும், மாலையும் என்று நினைத்துக் கொண்ட ஹரிஹரன் ஒரு முற்றுப்புள்ளியை எடுத்து இயற்கை ரசிப்பிற்கு வைத்துவிட்டு. காலையில் பிணம் கிடந்த அந்த இடத்தின் அருகில் பைக்கை ஓரமாக நிறுத்தி இறங்கினார்.

சிகரெட் கேஸ் மியூசிக்க, சிகரெட் எடுத்துப் பற்ற வைத்து நுரையீரல்களுக்குப் புகை அனுப்பி மெல்ல நடந்தார். காலையில் கிழித்த கோடுகள் மங்கிப் போயிருந்தன. சாலையில் ஒரு மணி நேரத்திலேயே டிராஃபிக் சகஜமாகி இருந்தது.

மரங்களின் அருகில் இருந்த மணல் சரிவுப்பகுதிக்கு வந்து நின்றார். காலையில் பார்த்தபடியே கபடி விளையாடப்பட்ட மைதானம் போல கிளறலாய் இருந்தது. நேற்றை விடச் சற்றுப் பெருத்து நிலா எழுந்தது.

நாலு மணிக்கு அவர் மேஜைக்கு போஸ்ட்மார்ட்டம் ரிப்போர்ட் வருவதற்கு முன்பே அவர் கொஞ்சம் உரக்கச் சிந்தித்துச் சில முடிவுகளுக்கு வந்திருந்தார்.

1. கொலை இங்கே நடந்ததல்ல. ரத்தம் இல்லை.
2. கொலை செய்துவிட்டுப் பிணத்தை எவனும் கற்பழிக்க மாட்டான். கற்பழித்துவிட்டுக் கொலை செய்திருக்கிறான். இதுதான் லாஜிக். ஆனால் கற்பழிப்பு, வளையல், பூ, மணலில் தெரியும் போராட்டச் சுவடுகள் இவற்றை வைத்து இந்த இடத்தில்தான் நடந்ததாக ஏற்றுக் கொண்டால் இடிக்கிறது? கற்பழித்து அப்புறம் அவளை வேறு எங்கோ அழைத்துக்

கொண்டு போய் கொலை செய்து மறுபடி கற்பழித்த இடத்துக்கே தூக்கி வந்து போட்டு, காரால் முகத்தில் ஏற்றிச் சிதைத்து... நோ! லாஜிக்கே இல்லை. சுத்தமாய் இல்லை. ஆகவே கற்பழிப்பும் இங்கே நடக்கவில்லை.

3. கற்பழிப்பு நடந்தது எங்கோ அங்கேதான் கொலையும். அப்புறம் சடலம் மட்டும் எடுத்து வரப்பட்டிருக்கிறது. அடையாளம் மறைக்க வேண்டுமென்றே முகத்தை நசுக்கியிருக்கிற கொலைகாரன் கார் வைத்திருக்கும் ஒரு பணக்காரன். பிணத்தின் காதுகளில் இருந்த தங்க ஸ்டட்டுகளைக் கழற்றிக் கொள்ளத் தோன்றும் சில்லறைத் திருட்டுப் புத்திகள் இல்லாதவன் பூவையும், வளையல் துண்டுகளையும் வேண்டுமென்றே தூவிக் கற்பழிப்பு இங்கே நடந்ததாகப் போலீசை நம்ப வைக்க முயன்றிருக்கிறான்.

4. கொலை செய்யப்படும் முன்பு அந்தப் பெண் நிச்சயமாக அந்த ஜீன்ஸ், பனியன் உடை அணியவில்லை. புத்தம் புதுசு என்பதற்காக விலை அட்டையோடு யாரும் அணியவில்லை. புத்தம் புதுசு என்பதற்காக விலை அட்டையோடு யாரும் அணிய மாட்டா-ன், ள். 'நான்' படத்து நாகேஷைத் தவிர. பூ, வளையல் இவற்றிலிருந்து அவள் சேலை அணிந்திருக்கச் சாத்தியம் இருக்கிறது. (சேலைதான் அணிந்திருந்தாள் என்பதை ஹரிஹரன் போஸ்ட் மார்ட்டம் ரிப்போர்ட்டில் கையெழுத்திட்டிருந்த டாக்டரைப் போனில் அழைத்து "வெய் ஸ்டில் பாவாடை நாடா கட்டி இறுகின இம்ப்ரஷன் இருந்ததா?" என்று கேட்டு 'ஆமாம்' பதில் பெற்று உறுதி செய்து கொண்டார்.)

கமிஷனரைச் சந்தித்துப் பேசி இந்தக் கேசை தானே நேரடியாய் கவனிக்கப் போவதாய் கூறிவிட்டு, ஓட்டேரி ஸ்டேஷனை அழைத்து எஃப்.ஐ.ஆர். தயார் செய்யச் சொல்லி, அருணாசலத்தை அழைத்து, 'மிஸ்ஸிங் ரிப்போர்ட் உண்டா?' என்று கேட்டு, "இல்லை சார். சார், பன்னெண்டு வயசுல ஒரு பையன்தான் இன்னிக்குக்

காணாம போயிருக்கான்” என்ற பதிலைப் பெற்று, ஃபாரன்சிக் ரிப்போர்ட்டுகளைத் துரிதமாய் தரச் சொல்லிக் கேட்டு தனியாய் ஒரு தடவை ஸ்பாட்டைப் பார்த்தால் நல்லது என்று இங்கு வந்து...

மொத்தம் நான்கு சிகரெட்டுகள் புகைத்து விட்டார் ஹரிஹரன்.

அருகில் குடியிருப்புக் கட்டடங்கள் ஏதாவது உண்டா என்று சுற்றிலும் பார்த்தார். மிக தூரத்தில்தான் கட்டடங்களின் சாயல் தெரிந்தது. ஒலி பெருக்கி வைத்துக் கொண்டு “ஆபத்து” என்று கத்தினாலும், காற்றில் கரைந்து போகும். மறுபடி மணல் பரப்பைப் பார்த்தார்.

பொய்க்கால் குதிரை நடனமா ஆடுவார்கள் கற்பழிக்கும் போது? செட்டப்!

பூ, வளையல்... செட்டப். பனியன், ஜீன்ஸ்... செட்டப். போலீசிடமே சவாலா? யாரடா நீ? உன்னை விடப் போவதில்லை?’

பைக்கில் ஏறி வீட்டிற்கு வந்தார்.

ஹரிஹரனுக்கு ஹரிகிருஷ்ணன் என்று ஒரு மகனும் (‘அடுத்த வருஷம் நான் நாலடிக்கு உயர்ந்துடுவேனப்பா?’) ஹம்சா என்று ஒரு மகளும் (‘நாளைக்கு எங்க காலேஜ் டே மறந்துடாதிங்கப்பா’) மனைவி மூக்கின் இருபுறமும் பேசரி போட்டிருப்பாள். அவளின் அதிகபட்சமான கவலை என்றால் அது பாக்கியராஜ் படத்திற்கு டிக்கெட் கிடைக்காததாய் இருக்கும்.

ஹரிஹரன் சட்டையைக் கழற்றிக் கொண்டே “ஹம்சா வந்துட்டாளா?” என்றார்.

“வந்துட்டேன். டி.வி. பாத்துக்கிட்டிருக்கேன்” என்றது அடுத்த அறை.

மனைவி காபி வைத்தாள். அடுத்த அறையில் ஹம்சா. அவசரமாக அந்தப் புத்தகத்தை...

“ஹம்சா, இங்கே வா... ஒரு விஷயம்” என்றார்.

இரண்டு பின்னல்களோடு' முன்னால் ஹம்சா வருகை "என்னப்பா" என்றாள் புத்தகத்தை மறைத்து வைத்துவிட்டு வந்து.

"கேர்ள்ஸ் போடற ஜீன்ஸ்க்கும், பாய்ஸ் போடற ஜீன்ஸுக்கும் என்ன வித்தியாசம் சொல்லு?"

"பாய்ஸ்க்கு பாண்ட்ல ஜிப் இருந்தாலும் சரி பட்டன் இருந்தாலும் சரி, எங்களுக்கு ஜிப் வச்சது, தான் வேணும். இது ஜெனரல். என் பிரண்டு கௌசல்யா அவங்க அண்ணன் பாண்ட்டைதான் போட்டுக்கிட்டு வருவா. ஜிப், பட்டன் எதுவும் இல்லாம ஹிப்புல எலாஸ்டிக் வச்ச டைப்கூட இருக்கே! ஆனா அது ஸ்போர்ட்ஸ் டைப், ஏன்ப்பா கேட்டீங்க?"

"ஒரு கேசுக்காக. நீ போ" என்றார்.

தன் கழற்றிய சட்டையில் வைத்திருந்த பிணத்தின் பாண்ட்டிலிருந்து பிய்த்த விலை அட்டையை எடுத்தார், பாண்ட் தயாரித்த கம்பெனி பெயருக்குக் கீழே விற்பனை செய்த கடையின் அட்ரஸ், போன் நம்பர், ரப்பர் ஸ்டாம்பில் குத்தியிருந்தது. விலை ரூ.147.50 எனப் போட்டிருந்தது.

போன் அருகே சென்று எடுத்துச் சுழற்றி,

"காலையிலே எத்தனை மணிக்குக் கடை தொறப்பிங்க? ஒன்பதா?" என்று கேட்டு வைத்துவிட்டுத் தன் மேஜைக்குச் சென்று பேப்பர் எடுத்து பேனா எடுத்து எழுதத் தொடங்கினார்.

ஒன்று: அவள் யார்?

இரண்டு: கற்பழித்தவன் ஏன் கொன்றான்? கொன்றவன் அவளை அடையாளம் தெரியாமல் செய்ய வேண்டிய அவசியம் என்ன?

மூன்று: அவள் அணிந்திருந்த உடையை மாற்றி எங்கோ ஒரு ரோட்டின் ஓரத்தில் போலீசை மிகச் சிரமப்பட்டுத் திசை திருப்ப நடந்திருக்கும் முயற்சிகளுக்கு அர்த்தமென்ன?

நான்கு: 'K' என்ற குறி கொண்ட கர்சீப் கொலையாளியிடமிருந்து தவறி விழுந்ததா, இல்லை அதுவும் வேண்டுமென்றே போட்டு வைக்கப்பட்டதா?

"இன்னும் காபி எடுத்துக்கலையா?"

"ஸாரி டியர்" என்று காபியை எடுத்துக் கொண்டு சிந்தனைகளினூடே உறிஞ்சினார் ஹரிஹரன்.

மாலை திலக் மறுபடி வந்தபோது மாலை தினசரிகள் இரண்டோடு வந்திருந்தான். மறுநாள் இரண்டர்வ்யூவிற்காக மணி மொட்டை மாடியில் நின்று அமெரிக்காவில் மிகப்பெரிய நகரம் லாஸ் ஏஞ்சல்ஸ், பென்சில்வேனியாவின் தலைநகரம் ஹாரிஸ்பர்க் என்று சத்தம் போட்டு ஜி.கே. படித்துக் கொண்டிருந்தான்.

கீழே ஹாலில், சோபாவில் எதிரெதிரே விசுவமும் திலக்கும்.

"திலக் உங்களுக்கு எல்லாச் சூழ்நிலையும் ஆரம்பத்திலேர்ந்து சொன்னாத்தான் புரியும். கீதாவும், நானும்..."

"வெய்ட் மிஸ்டர் விசுவம். ஒரே ஒரு கேள்விக்கு மட்டும் பதில் சொல்லுங்க. நான் எடுத்திருக்கிற, அருமையான போட்டோவைப் போலீஸ்கிட்டே கொடுத்தா நீங்க மாட்டுவிங்களா, இல்லையா?"

"கண்டிப்பா. நான் ஒழிஞ்சேன். ஆனா திலக், இந்தக் கொலை நான் செய்யலை."

"அதைப்பத்தி எனக்குக் கவலை இல்லை. நேராப் பேசுவோம். இதைப் பார்த்தீங்களா? கற்பழித்துக் கொலைன்னு ரெண்டு ஆச்சரியக்குறி போட்டு முண்டத்தோட போட்டோ போட்டு மேட்டர் வந்திருக்கு! டெபுடி கமிஷனரே நேரடியாக் கவனிக்கிறாராம். ஒரு சின்ன போன் போதும். 'இங்க வாங்க சார், அதுபத்தி ஒரு தடயம் தர்றேன்'னு சொன்னாப் போதும். நான் நேர்ல போகணும்னு அவசியமில்லை. அவங்களே வருவாங்க என்கிட்டே. ஆனா நான் அப்படிச் செஞ்சேனா? செய்யலை ஏன்? உங்க நன்மை கருதி. நேரா உங்ககிட்டே நான் வந்தேன். இப்பல்லாம் கொலைக் குற்றத்துக்குச் சுலபமா மரண தண்டனை தர்றாங்க."

“ஐயோ நான் கொலை செய்யலை.”

“கட் இட். ஐ ஸே. நான் என்ன போலீசா? திருப்பித் திருப்பி அதையே சொல்லிக்கிட்டு? இங்க பாருங்க விசுவம், அண்ணாமலைபுரத்திலே ஒரு பிளாட் பார்த்து வச்சிருக்கேன். ரெண்டு லட்சத்துச் சொச்சம் சொல்றாங்க. மிச்சத்தை நீங்க கொடுத்துட்டிங்கன்னா அந்தப் படத்தோட நெகடிவ் உங்ககிட்டே தந்துட்டு விஷயத்தை மறந்துடறேன். என்ன சொல்றீங்க? மொதல்ல தீப்பெட்டி தரிங்க.”

“யம்மாடி! டூ லாக்ஸ்!” என்றான் விசுவம். “சத்தியமா என்னால் முடியாது இந்த சொத்து, கித்து எல்லாம் அப்பாவோடது அப்பப்ப நானே அவர்கிட்டே கொஞ்சம் ‘மணி’ வாங்குவேன். ப்ளீஸ் திலக், என்னை ப்ளாக் மெயில் பண்ணாதிங்க, உங்களைக் கெஞ்சிக் கேட்டுக்கறேன்.”

தீ வைத்துக் கொள்ளாத சிகரெட் உதட்டில் தொங்க, திலக் சட்டென எழுந்தான். “நானும் உணர்றேன். நீங்க யாரு, நான் யாரு? உங்களை நான் பிளாக் மெயில் பண்றது தப்பு. ஒரு குடிமகனின் கடமைகளில் இருந்து தவறதும் தப்பு. கிரிமினல் குற்றத்துக்கு ஆதாரமான தடயம் ஒண்ணு கிடைச்சி, அதைப் போலீஸ்கிட்டே ஒப்படைக்காம இருக்கிறது பெரிய தேசத் துரோகம். நான் துரோகம் செய்யலை. நேரா கமிஷனர் ஆபீஸ் போறேன்?”

விசுவம் அவன் கைகளைப் பற்றிக் கொண்டான். “ப்ளீஸ், ப்ளீஸ்” என்றான். “நான் எப்படியாச்சும் புரட்டி ஒரு பத்தாயிரம் தந்துடறேன்” என்றான்.

கைகளை உதறிக் கொண்டான் திலக்.

“நோ, நான் கேட்டதுதான் தொகை. அதுதான் உங்க உடலுக்குள்ளே உயிர் உட்கார்ந்திருக்கிறத்துக்கான விலை. உங்களுக்கு நாலு நாள் டயம் தர்றேன். எனக்கு வரிசையா நம்பர் இல்லாத நூறு ரூபாய் பழைய தாளா வேணும். நாலு நாள்

கழிச்சு நானே வருவேன். நடுவிலே வர மாட்டேன். உங்களால் முடியலைன்னா போட்டோ போலீசுக்குப் போயிடும்."

என்று நகர்ந்து பின் நின்று, "இன்னொரு விஷயம், அந்த போட்டோவோட ஒரு காப்பியை எடுத்து, கமிஷனருக்கு தபால் எழுதி கவர்ல போட்டு ஒட்டி ஓர் உண்மையான நண்பன்கிட்டே ஒப்படைச்சிருக்கேன். என் உயிருக்கு ஏதாச்சும் இடைஞ்சல் ஏற்பட்டா அல்லது நான் முழுசா ஒருநாள் காணாமப் போயிட்டா அதை போஸ்ட் பண்ணச் சொல்லி இருக்கேன். குறுக்குத் திட்டம் எதுவும் யோசிக்க வேணாம்? என் காய்களைத் திட்டம் போட்டு நகர்த்தி வச்சிருக்கேன் மிஸ்டர் விசுவம்! வர்றேன்" என்று சொன்னான்.

* * *

அத்தியாயம்

13

இ.பி.கோ. - 85: ஒரு நபர் ஒரு செயலைப் புரியும்போது மயக்கத்தினால் தான் செய்வது தவறு அல்லது சட்ட விரோதமானது என்று உணராமலிருந்தால் அது குற்றமாகாது. அவரை மயக்கத்திற்குள்ளாக்கிய பொருள் அவர் விருப்பம் இன்றியே அவருக்குச் செலுத்தப்பட்டிருக்க வேண்டும்.

'இரண்டு லட்சங்கள்! இரண்டு லட்சங்கள்'

மனசில் எதிரொலித்துக் கொண்டிருந்தது. தொய்ந்து போய் சோபாவில் சாய்ந்து விட்டான் விசுவம்.

ஒரு பத்து நாள் ஜாலியாய், நிம்மதியாய் இருக்கலாம் என்று சென்னை பங்களாவுக்கு வந்தது முதல் தப்பு. பேசாமல் காபரே பார்த்துக் கொண்டு, விஸ்கி, பிராந்தி குடித்துக் கொண்டு மட்டும் இல்லாமல் பெண் வாடைக்கு ஆசைப்பட்டது இரண்டாவது தப்பு. ஊரெல்லாம் சுற்றி வீட்டுக்கு அழைத்துக் கொண்டு வந்து கதவைத் தாழ்ப்பாள் போடாமல் அறைக்கு வந்தது மூன்றாவது தப்பு.

இந்த தப்புகளுக்கு அபராதம் இரண்டு லட்சமா? வாவ்! எத்தனை சைபர்கள் இரண்டுக்கு அப்புறம்? ஐந்து சைபர்கள்! ஒரு ஐந்து ரூபாய் பிச்சைக்காரனுக்கு ஒட்டு மொத்தமாய் தந்ததில்லை.

எவனோ குஷாலாக வந்து கொன்றுவிட்டுச் சென்றதற்கு நான் பலியா? நான் என்ன செய்தேன்? தொட்டேன், புரண்டேன், எழுந்தேன்.

உடனடியாக நான் போலீசுக்குத் தகவல் தந்திருக்க வேண்டுமோ?

கூடாது! அந்த நிமிடத்தில், அந்தச் சூழ்நிலையில் நான் எடுத்த முடிவுதான் சரியானது. போலீசை அழைத்திருந்தால் இந்நேரம் கம்பிகளின் நீண்ட நிழல் என் கட்டம் போட்ட சட்டை மேல் விழுந்து கொண்டிருக்கும்.

பிணத்தை டிஸ்போஸ் செய்ததில் தப்பில்லை. எல்லாம் சரி; அதிர்ஷ்டம் மட்டும்தான் துணை இல்லை அப்போதுதானா இந்த திலக் வர வேண்டும். அதிலும் என் தலைவிதி. கையில் காமிராவோடு, மனசில் எப்படா இப்படி ப்ளாக் மெயில் செய்ய விஷயம் கிடைக்கும் என்ற எண்ணத்தோடு ஒரு போட்டோ கிராஃபராகவா அவன் இருக்க வேண்டும்.

கால் காசு பெறாத பயல் என் உயிரின் உத்தரவாதத்திற்கு விலை நிர்ணயித்து விட்டுப் போகிறான்! நாலு நாள் கெடு

கொடுத்து விட்டுப் போகிறான்! இதிலே நண்பனிடம் போட்டோ, தபாலுடன் கவர் கொடுத்து முன்னேற்பாடு வேறு!

சரியான ஆசாமி!

செமத்தியாய் சிக்கியிருக்கிறேன்.

திமிங்கலத்தின் வாயிலிருந்து தப்பிக்கத் திட்டம் போட்டு முதலை வாயில் சிக்கியிருக்கிறேன்?

தப்ப ஒரே வழி...

இரண்டு லட்சங்கள்!

எங்கே போவேன் அத்தனை பெரிய தொகைக்கு. போச்சு! என், அப்பாவின் என் குடும்பத்தின் மானம், மரியாதை எல்லாமே போச்சு! நாலு நாள் கழித்து அவன் வரப்போகிறான். நான் கை விரிக்கப் போகிறேன். விரித்த கைகளில் விலங்கு நுழையப் போகிறது.

போன் ஒலித்தது. எழுந்து சென்று எடுத்தான்.

"ஹலோ விசுவம் ஹியர்."

"சார் நான் நடராஜன் பேசறேன்."

"போதாததற்கு இவன் வேறு!"

"என்ன?"

"காலையிலே தாதர்ல அவ போகலை."

"சரி."

"இப்போ அஞ்சி நிமிஷத்துக்கு முந்தி வரைக்கும் அவ வீட்டுக்கும் திரும்பலை. எனக்கும் போன் செய்யலை."

"சரி."

"அவளோட ரெண்டு உறவுக்காரங்க மெட்ராசில இருக்காங்க, ஏழெட்டு ஃபிரண்ட்ஸ் இருக்காங்க. எல்லா இடத்திலேயும்

விசாரிச்சட்டேன். ரெண்டு நாளா அவளைப் பார்க்கலைன்னு சொல்றாங்க."

"சரி."

"அதான் உங்களை யோசனை கேக்கலாம்னு பார்த்தேன் என்ன செய்யலாம்?"

"நடராஜன், நீங்கள் கொஞ்சம் அளவுக்கு மேலே போறீங்க நான் யாரு? நீங்க யாரு? அவ யாரு? நாம மூணு பேரும் தொழில் முறையில ஒரு நாள் சம்பந்தப்பட்டவங்க. இதிலே திருப்பித் திருப்பி என்னை விசாரிக்கிறதும், என்கிட்ட யோசனை கேக்கறதும் சரியாப்படலை."

"முத நாள் முழுக்க உங்க கூட இருந்ததாலேதான் கேக்கறேன். ஒரு நாள் முழுக்க எவ்வளவு பேசியிருப்பீங்க? கொஞ்சம் யோசனை பண்ணிப் பாருங்களேன். வேற எங்கயாவது போறதாச் சொன்னாளா."

"இல்லை, இல்லை, இல்லை."

"நான் விசாரிக்க வேண்டியவங்களையெல்லாம் விசாரிச்சுட்டேன் சார்."

"என்னய்யா நீங்க பேசறது? ஃபிரண்ட்சை மட்டும் தானே விசாரிச்சீங்க? கஸ்டமர் எவனாச்சும் 'வா கொடைக்கானல் போகலாம், வா ஊட்டி போகலாம்னு' செலவு பண்ணிக் கூட்டிக்கிட்டுப் போயிருக்கலாம். அப்படிச் கூப்பிட்டாப் போறவதானே?"

"போறவதான். ஆனா எல்லாரும் கூப்பிட்டாப் போக மாட்டா. குறிப்பா ஆறு, ஏழு பார்ட்டி இருக்கு. அவங்களோட மட்டும்தான் வெளியூர் போவா. மத்தபடி லோக்கல் தான் சார்."

"அந்த ஆறேழு பேரை விசாரிச்சீங்களா?"

"ரெண்டு பேரை விசாரிச்சேன். அங்கே அவ போகல்லே."

"மிச்ச பேரையும் விசாரியுங்களேன்."

"சரி சார். அவங்களையும் விசாரிச்சுட்டு போலீஸ்ல கம்ப்ளைண்ட் கொடுக்கலாம்னு இருக்கேன்."

போலீஸ் என்றதும் திக் என்றது.

"நடராஜன், அவசரப்படாதீங்க. என்கிட்டே சொன்னபடி பம்பாய் போகலை. ஆனா வேற எங்கேயோ வெளியூர் போயிருக்கணும். நீங்க மத்தவங்களை விசாரிங்க. போலீஸ்ல கம்ப்ளைண்ட் கொடுக்கிறதெல்லாம் இந்தப் பொண்ணைப் பொறுத்தவரைக்கும் தேவையில்லாதது. நாளைக்குச் சாயங்காலம் இங்கே வாங்க நாம பேசலாம். அவசரப்பட்டு போலீஸ்கிட்டே போக வேணாம். புரியுதா?"

"சரி சார். இன்னும் சிலபேரை விசாரிக்கிறேன். நாளைக்கு வர்றேன். எப்படியும் ஒரு ரெண்டு நாள் பார்த்துட்டு போலீஸ்ல ரிப்போர்ட் பண்ணிடறதுதான் நல்லதுன்னு படுது. போனை வச்சுடறேன்."

போனை வைத்து விட்டுப் பெருமூச்சு விட்டான் விசுவம். 'நடராஜனையும் சமாளித்தாக வேண்டும் நான். நடராஜனை போலீஸ் பக்கம் போக விடக்கூடாது. பத்திரிகைகளில் வந்திருக்கும் செய்தி நடராஜன் கண்ணில் படாமல் இருக்க வேண்டும். பட்டால் அந்த அடையாளம் தெரியாத பிணம் நம்ம கீதாவாய் இருக்குமோ என்று ஓர் எண்ணம் வரலாம். அப்படியே எண்ணம் வந்து மார்ச்சுவரி சென்று பார்த்தாலும் தலையில்லாத, கூறு போடப்பட்ட முண்டத்தில் அவன் கீதாவைக் காண முடியாது என்பது அடுத்த விஷயம். நடராஜனை, கீதா எங்கோ வெளியூர்தான் சென்றிருக்கிறாள்' என்று நம்ப வைக்க வேண்டும்.

ஓ! காட்! நான் என்ன பாவம் செய்தேன்? ஏன்? எனக்கு இத்தனை சிக்கல்? திமிற முடியாமல் மாட்டிக் கிடக்கிறேனே? இந்தச் சோதனை ஏன்?

நாலு நாளில் திலக் வருவான்.

இரண்டு நாளில் நடராஜன் போலீசுக்குப் போவார்.

நான் என்ன செய்யப் போகிறேன்?

போலீசின் கோணம் என்ன? அவர்கள் ஒன்றும் அத்தனை முட்டாள்கள் அல்ல; அவர்களை ஏமாற்ற முடியாது. குழப்பத்தான் முடியும். நான் நியூ ஆவடி ரோட்டில் செய்து வைத்த காரியங்கள் ஏமாற்றம் அல்ல. குழப்பத்தான்; கொலை அங்கே நடந்ததில்லை என்பதை உணர்ந்திருப்பார்கள். மனிதன் என்பவன் என்ன ரப்பரா? குத்தினால் ரத்தம் வர வேண்டாமா? பூவும் வளையலும் குழப்பியிருக்கும். 'K' இன்ஷியல் போட்ட கர்ச்சீப் குழப்பியிருக்கும். ஏதோ ஒரு கோணத்தில் இறங்கியிருப்பார்கள். நிச்சயம் என் வரைக்கும் வர அவர்களால் முடியாது. வேறு தவறுகள் ஏதும் நான் செய்யவில்லை.

திலக் வாயையும், நடராஜன் வாயையும் அடைத்து விட்டால் போதும். ஒருவன் எல்லாம் தெரிந்தவன். கையில் தடயம் வைத்திருப்பவன். இன்னொருவர் ஒன்றும் தெரியாதவர். போலீசிடம் போவேன் என்பவர்.

'எப்படி... எப்படி இவர்கள் இருவரையும் சமாளிப்பது?'

விசுவம் பிரிஜ்ஜைத் திறந்து தண்ணீர் எடுத்துக் குடித்தான். மாடியிலிருந்து மணி இறங்கி வந்தான்.

"என்ன அத்தான், வர்றீங்களா பீச் வரைக்கும் போகலாம்?"

"நான் வரலை நீ மட்டும் போய்ட்டு வா."

"பீச் காத்து உடம்புக்கு நல்லது."

"நான் நல்லாத்தான் இருக்கேன்."

"நீங்க பழைய ஆளா இல்லை. என்னவோ கொலை பண்ணிட்டவன் மாதிரி முழிக்கிறீங்க?"

"என்ன சொன்னே?"

"முதல்ல சொன்னதையே டிட்டோ போட்டுப் பிடிச்சுக்கங்க!" நான் வர்றேன். மணி தன் செருப்புகளை மாட்டிக் கொண்டு, "காரை எடுத்துக்கிட்டு போறேன். என்ன?" என்றான்.

“ஒழி!” என்றான்.

ஒழிந்தான்.

கதவைச் சாத்திக் கொண்டு தன் அறைக்கு வந்து கட்டிலில் விழுந்தான் விசுவம்.

இரண்டு லட்சம்! யம்மா! எத்தனை பெரிய தொகை? நான் என்ன கொலையா செய்துவிட்டேன்? சீரியஸாவே யோசிக்கலாமா? இந்தக் கொலை யார் செய்தது? தெரியாது. நானா? நிச்சயமாய் இல்லை. சூழ்நிலை யார் மேல் சந்தேகம் காட்டும்? என்மேல், அதனால்தானே பிணத்தை டிஸ்போஸ் செய்தேன்? ஆமாம். இப்போது நான் பயப்படுவது திலக்குக்காக. ஆமாம். ஏன்? பிணத்தோடு நான் இருக்கும் போட்டோவை வைத்திருக்கிறான். அந்த போட்டோவுக்கு போலீசில் மதிப்பில்லாமல் போக வேண்டுமானால் என்ன நடக்க வேண்டும்? அந்த கேசின் ஃபைல் மூடப்பட்டிருக்க வேண்டும். எப்போது ஃபைலை மூடுவார்கள்? கண்டுபிடிக்க முடியாதபோது, கொஞ்சகாலம் கழித்து அல்லது குற்றவாளி அகப்பட்டு விட்டதுடன்...

குற்றவாளி யார்? நானில்லையே?

அந்த உண்மையான குற்றவாளி கிடைத்தால் திலக்குக்கு நான் பயப்படத் தேவையில்லை. எனக்கு மரண தண்டனை கிடையாது. பிணத்தை இம்சைப்படுத்தியதற்காகவும், போலீசிடம் விளையாடியதற்காகவும் கொஞ்சம் தண்டனை கிடைக்கும்.

அதுகூடத் திறமையான வக்கீலாய் வைத்து...

வக்கீலாய் வைத்து...

மை காட்! இப்போது நான் ஏன் ஓர் உண்மையான நம்பகமான வக்கீலைப் பார்த்து என் நிலையை எடுத்துச் சொல்லி ஆலோசனை கேட்கக்கூடாது?

யெஸ் தட் ஈஸ் ரைட். இனி தனியாய் தவிக்க முடியாது. என்னைப் பாதுகாத்துக் கொள்ளக் கேடயம் வேண்டும் யார்?

‘ஒரு தடவை பெங்களூரில் சிவகுமார் அறிமுகப்படுத்தி வைத்தானே, லாயர் பரத் என்று, இங்கே தானே மெட்ராசில் இருக்கிறார்.’

விசுவம் சுறுசுறுப்பாய் எழுந்து டெலிபோன் டைரக்டரியைப் பிரித்துப் படித்து டயலைச் சுற்றினான்.

✲ ✲ ✲

அத்தியாயம்

14

இ.பி.கோ. - 509: ஒரு பெண்ணின் புனிதத்தன்மையைப் புண்படுத்தும் வகையில் பேசுதல். செய்கை புரிதல்.

தண்டனை: ஒரு வருடம் வரை சிறை அல்லது அபராதம் அல்லது இரண்டும்.

“ஓம் யோகினி யோகினி யோகேஸ்வரி யோக, வசங்கரீ சகல ஸ்தாவர ஜங்கமஸ்ய, சமுககே மம உத்வாஹம் சீக்ரம், குரு குரு க்லிம். ஸ்வயம் வராயை நம!” என்றாள் சுசீலா.

நிக் கார்ட்டரிலிருந்து நிமிர்ந்தான் பரத்.

“நானும் காலையிலேர்ந்து பார்த்துக்கிட்டிருக்கேன். இதையே திருப்பித் திருப்பிச் சொல்லிக்கிட்டிருக்கிறே! என்ன தான் அர்த்தம்?”

“ஓம் யோகினி யோகினி...” என்று மறுபடி ஆரம்பித்தாள்.

“ம்ஹூம். தேறமாட்டே. மோகினி தான் பிடிச்சிடுச்சு?”

“நம” என்று முடித்து “அப்பாடி 336 முடிஞ்சது” என்றாள்.

“என்ன 336ன்னு கேக்கப் போறதில்லை நான்?”

“ஆனா சொல்றேன். இந்த மந்திரத்தை 336 தடவை ஒரே நாளில் சொல்லணும்.”

“சொன்னா?”

“இதே மாதிரி நாற்பத்தெட்டு நாள் சொல்லணும்.”

“அட! யார் சொல்லணும்?”

“கல்யாணம் ஆகாத கன்னிப் பெண்கள் சொன்னா சீக்கிரம் கல்யாணம் நடக்கும்.”

“இப்ப நீ சொல்றே. நீ சொன்ன பதில்லே நாலு வார்த்தைகள். ஆனா இதிலே ஒரு வார்த்தை இடிக்காதோ?”

“வாட் டு யு மீன்?”

“விரால் மீன்! கல்யாணம் - சரி. பெண்கள் சரி இன்னொரு வார்த்தை? சரிதானா?”

குட்ட வந்தாள்.

குனிந்து கொண்டான்.

“சீரியஸாக் கேக்கறேன். எப்ப கல்யாணம் பண்ணிக்கப் போறிங்க என்னை?”

“இதென்னடா வம்பாப் போச்சு! இதுக்குத்தான் ஊர்லேர்ந்து மெட்ராஸ் வந்தியா?”

“இல்லை. எங்க ஊர்ல டி.வி.யில ஸ்ரீதரின் அலைகள் மட்டுந்தான் தெரியுது. இங்கே வந்து உங்க செட்ல ஒ. ஒ பார்க்கலாம்னு வந்தேன். இப்ப மணி என்ன?”

“ராத்திரி ஒன்பது, ஏழு.”

“இந்த ஒன்பது ஏழோட உங்களுக்கும் எனக்கும் உறவு முறிஞ்சிப் போச்சு. நான் யாரோ? நீங்க யாரோ?... நாளைக்குக் காலையிலே நான் ஊருக்குப் புறப்படறேன்.”

கை தட்டினான் பரத்.

“யாருப்பா அங்கே! கிளிஸரின் பத்தாது. இன்னும் கொஞ்சம் ஹீரோயின் கண்ல போட்டு விடு! இதோ பாரும்மா. இன்னும் கொஞ்சம் எமோஷன் வேணும். அப்புறம் குரல்ல டிர்ரிங், டிர்ரிங் இன்னும் கொஞ்சம் - டிர்ரிங், டிர்ரிங் - ஏத்த இறக்கம் டிர்ரிங், டிர்ரிங் வேணும்?”

என்று சொல்லிவிட்டுப் போய் ரிசீவரை எடுத்தான் பரத்.

போன அத்தியாயத்தின் கடைசி வரியில் டயல் செய்து கொண்டிருந்த விசுவம் பரபரப்பாய்ப் பேசினான்.

“எனக்கு லாயர் பரத் வேணும்.”

“ஸாரி. என்னை நான் விக்கிறதா இல்லை!”

“ஓ மிஸ்டர் பரத்தானா பேசறது?”

“ஒரு பர்ட்டிகுலர் வார்த்தை இருக்கு... இருங்க. வர்றேன். ம்... சாட்சாத்”

“மிஸ்டர் பரத், என் பேரு விசுவம். நான் ஒரு பெரிய சிக்கல்ல மாட்டியிருக்கேன். எனக்கு உடனடியா உங்கள் உதவி

தேவைப்படுது. உங்களைப் பத்தி என் ஃபிரண்ட் சிவகுமார் ஆஃப் பெங்களூர் நிறையச் சொல்லியிருக்கான். நாம உடனடியா சந்திச்சா தேவலை."

"உடனடியான்னா இப்பவேவா? இந்த ராத்திரியிலேயேவா?"

"உங்களுக்குத் தொந்தரவா இருந்தா வேணாம்."

"நாளைக்குக் காலையிலே வரைக்கும் தள்ளிப்போட முடியாத அளவுக்குப் பிரச்னையா?"

"ஒரு வகையிலே அப்படித்தான். நான் டிலே பண்ண விரும்பலை."

"முன் கதையைச் சுருக்கமாக் கொஞ்சம் சொல்லுங்களேன்."

"போன்ல வேண்டாமே?"

"சரி, வேணாம். உங்ககிட்டே என்ன இருக்கு? கார் ஸ்கூட்டர்?"

"கார்?"

"என் அட்ரஸ் தெரியுமில்லையா?"

"தெரியும்."

"வெய்ட் பண்றேன். வாங்க, எங்கேர்ந்து பேசறீங்க?"

"அசோக் நகர், என் பங்களாலேர்ந்து."

"சரி. வாங்க" என்று போனை வைத்தான் பரத். சுசீலா பற்களால் நகம் வெட்டிக் கொண்டிருந்தாள்.

"யார் பரத்?" என்றாள்.

"இப்போ வருவார், சொல்வார். தற்போதைக்கு விசுவம் என்பது தெரியும்."

அரைமணியில் வந்து விட்டான் விசுவம். கதவைத் தட்டி, 'யெஸ், கம் இன்' பெற்று உள்ளே வந்து ஷூவைப் பிரித்து ஓரமாய்ப் போட்டுவிட்டு வந்து பரத்திற்கு எதிரே அமர்ந்து, அருகே சுசீலாவைப் பார்த்து தயங்கினான்.

“ஹலோ மிஸ்டர் விசுவம். இவ சுசீலா. வேற வழியில்லாம நான் காதலிக்கிற பொண்ணு! எதையும் நீங்க சொல்லலாம். இவளை வச்சுக்கிட்டே முதல்ல சின்னதா உங்களை அறிமுகப்படுத்துங்களேன். சிகரெட்?”

“தாங்க்ஸ். சொந்த ஊர் கோயமுத்தூர். அப்பாவுக்கு அரை டஜன் பிசினஸ். எல்லாப் பெரிய ஊர்களிலேயும் ஏதாச்சும் ஒரு சொத்து. இங்கே மெட்ராஸ்ல அசோக் நகர்ல ஒரு பங்களா. எப்பவாவது ரெஸ்ட்டுக்காக வருஷத்துக்கு ஒரு தடவை ரெண்டு தடவை வருவேன். ரெண்டு நாள் முன்னாடி தனியா நான் வந்தேன். நான் ஒரு விடோயர். ஜாலியா ஒரு பத்து நாள் தங்கலாம்னு வந்தேன்.”

“சரி இப்போ என்ன உங்க பிரச்னை? காபி ஆர் டீ?”

“டீ”

சுசீலா எழுந்து சமையலறை சென்றாள்.

“என்னையும் அறியாம செமத்தியா ஒரு சிக்கலிலே மாட்டிக்கிட்டேன் சார்.”

“பள்ளிக் கூடப் பையனாட்டம் தோணுது சார். வேணாம். பரத்! சின்னப் பேர்தான். ம்... சொல்லுங்க, என்ன சிக்கல்?”

“ஒரு கொலைக் கேஸ்ல மாட்டிக்கிட்டேன்.”

“வாட்? கொலை? ஒவ்வொரு வரியாச் சொல்லாதீங்க. விளக்கமா விவரமாச் சொல்லுங்க.”

“டீ” என்றாள் சுசீலா.

எடுத்துக்கொண்டார்கள்.

“நடராஜன் மூலமா ஒரு பொண்ணு ஏற்பாடு பண்ணினேன். அவ பேர் கீதா. காலையிலே நாங்க மகாபலிபுரம் போனோம். திரும்பி அசோக் நகர் பங்களாவுக்கு வந்தோம். பாத்ரூமுக்குள்ளேர்ந்து. வெளியே வந்து பார்த்தா கீதா செத்துக் கிடக்கிறா. நெஞ்சுலேர்ந்து குபுகுபுன்னு ரத்தம்.”

சட்டென்று நிமிர்ந்து அமர்ந்தாள் சுசீலா.

விசுவத்தைக் கேட்க வேண்டிய விளக்கக் கேள்விகளை மனத்தில் தொகுத்துக் கொண்டு மௌனமாய் பார்த்துக் கொண்டிருந்தான் பரத்.

கிட்டத்தட்ட அரை மணி நேரம் எடுத்துக் கொண்டு பதின்மூன்று அத்தியாயக் கதையையும் எதையும் மறைக்காமல் குறைக்காமல் விவரமாய்ச் சொல்லி முடித்துவிட்டு...

“தண்ணீர்” என்றான் விசுவம்.

கண்களை மூடிக்கொண்டு அமைதியாய் யோசித்துக் கொண்டிருந்த பரத் விழிகளைத் திறந்து விசுவம் தண்ணீர் குடித்து கிளாசைக் கீழே வைக்கும்வரை காத்திருந்து பிறகு சொன்னான்:

“போலீஸ்கிட்டே நீங்க போகாதது பெரிய தப்பு மிஸ்டர் விசுவம்!”

“எப்படி நான் போலீஸ்கிட்டே சொல்வேன்? நம்புவாங்களா? நான் தான் எல்லாச் சூழ்நிலைகளையும் உங்ககிட்டே சொன்னேனே?”

“எல்லாம் சரி. கொலை நீங்க செஞ்சிங்களா? இல்லை, இல்லைதானே?”

“இல்லை.”

“நீங்க உடனே போலீசுக்குப் போன் செஞ்சிருக்கணும். இப்ப என்கிட்டே சொன்ன மாதிரி அவங்ககிட்ட எடுத்துச் சொல்லியிருக்கணும். போலீஸ்ங்கறது நீங்க நினைக்கிற மாதிரி இல்லை. ஒருத்தன் கையிலே ரத்த அரிவாளையும் இன்னொரு கையிலே ஒரு தலையையும் எடுத்துக்கிட்டுப் போய் நான் கொலை செஞ்சிட்டேன்னு சொன்னாக் கூட உடனடியா அதை ஏத்துக்கிட்டு அரெஸ்ட் பண்ண மாட்டாங்க. முடியாது. சட்டப்படி அவங்க விசாரிச்ச, ஆதாரங்கள் இருந்தாலொழிய எதுவும் செய்ய முடியாது. நீங்க செஞ்சது ஹிமாலயன் குழப்பம். சரி. போலீஸ்கிட்டே போகத்தான் பயம்? இப்போ எனக்கு போன் பண்ணின மாதிரி, அப்போ பண்ணியிருந்தா உடனே வந்து உங்களுக்கு சொல்யூஷன்

தந்திருப்பேன். போலீசுக்கு தகவல் கொடுத்திருப்பேன். அதை விட்டுட்டு பாடியைத் தூக்கிட்டுப் போய்; முகத்தை சிதைச்சு - மை காட்... எத்தனை குழப்பங்கள் பண்ணி வச்சிருக்கீங்க? நீங்க செஞ்ச ஒவ்வொரு காரியமும் சட்டப்படி பெரிய குற்றம்."

"தெரியும் மிஸ்டர் பரத். அந்த சமயத்தில் வேற தோணலை. அதெல்லாம் நடந்து முடிஞ்சு போனது. இப்போ எனக்கு இரண்டு பிரச்னைகள். ஒண்ணு நடராஜன். இன்னொன்னு திலக். ரெண்டுக்கும் ஒரே தீர்வு உண்மையான கொலைகாரனைக் கண்டுபிடிக்கிறது. அவனைக் கண்டுபிடிச்சிட்டா அதுக்கப்புறம் நடந்த அத்தனையையும் போலீஸ்கிட்டே சொல்ல நான் தயாரா இருக்கேன். நான் செஞ்ச குழப்பங்களுக்குத் தண்டனை ஏத்துக்கத் தயாரா இருக்கேன். நீங்கதான் உதவணும்."

"நான் உண்மையான குற்றவாளியைக் கண்டுபிடிக்கணும் போலீஸ் கண்டு பிடிக்கறதுக்கு முன்னாடி அப்படித்தானே?"

"போலீஸ் கண்டுபிடிக்கவே போறதில்லை. ரொம்பவும் பெரிசாக் குழப்பி வைச்சிருக்கேன்."

"நீங்க செஞ்சதோட இல்லாம இப்ப என்னையும் அதே தப்பைச் செய்யச் சொல்றிங்க?"

"ஒரு கொலையைப் பத்தின உண்மையான தகவல்களை நான் போலீஸ் கிட்டேர்ந்து மறைக்கிறது நியாயமில்லை மிஸ்டர் விசுவம்."

"ஒத்துக்கறேன். இப்போ விஷயம் இத்தனை தூரம் சிக்கலாகிக் கிடக்கிறப்போ இந்த நிமிஷம் போலீஸ்கிட்டே போய் நடந்ததை எல்லாம் நான் சொல்றேன்னு வைங்க, உடனடியா என் மேலயே ஜோடிச்சுக் கழுத்தை எடுத்துடுவாங்க. உண்மையான குற்றவாளி தப்பிச்சுடுவான். ப்ளீஸ், யோசிங்க. நான் போலீஸ்கிட்டேர்ந்து மறைக்கச் சொல்லலை. குற்றவாளியைக் கண்டுபிடிச்சு ஆதாரங்களோட அவங்ககிட்டே போகலாம்னு சொல்றேன். அப்பத்தான் நான் தப்பிக்க முடியும். ஆயிரம்தான் உண்மையைச் சொன்னாலும் நம்ப மாட்டாங்க."

பரத் தன் கைக்கடிகாரத்தைப் பார்த்தான். சுசீலாவைப் பார்த்தான்.

“நான் இப்பவே இவர்கூட பங்களாவுக்குப் போறேன். நீ.” என்றான்.

“நானும்தான்” என்றாள்.

மூவரும் கீழே வந்து விசுவத்தின் காரில் புறப்பட, சற்று இடைவெளி விட்டுத் தூரமாய் அந்த மோட்டார் பைக்கும் புறப்பட்டது.

* * *

அத்தியாயம்

15

இ.பி.கோ. - 96: தனிப்பட்ட முறையில் தற்காப்பிற்காக உள்ள உரிமையைப் பயன்படுத்தும்போது செய்யப்படுபவை குற்றமாகாது.

பரத், சுசீலா, விசுவம் மூவரும் விசுவத்தின் பங்களாவுக்குள் நுழைந்ததும் பின் தொடர்ந்து வந்த பைக் ஜகா காணாமல் போயிற்று.

"விசுவம், நீங்க எங்கிட்டே பொய் சொல்லிட்டிங்க!" என்றான் பரத்.

"இல்லையே... எதுவும் சொல்லலையே?"

"இதை வீடுன்னு சொன்னீங்க. அது பொய் இல்லையா? ஒரு பக்கம் தமிழ், ஒரு பக்கம் மலையாளம், ஒரு பக்கம் கன்னடம்னு சினிமா எடுக்கலாம் போல இருக்கு!"

சுசீலா, காலத்துக்கு ஒவ்வாமல் தொங்கிக் கொண்டிருந்த அலங்கார சாண்டிலியர்களை ஆச்சரியமாகப் பார்த்தாள்.

"க்ளைமாக்ஸ் கதாநாயகன் இதிலே தொங்கிக்கிட்டு சொய்ய்ன்னு அந்த மாடிப் படிகள்ல குதிச்சுக் கதாநாயகியைக் கற்பழிப்புலேர்ந்து காப்பாத்துவான்."

"பரத், நேரமே இல்லையா ஜோக்கடிக்க? வந்த வேலையை விட்டுட்டு ஷூட்டிங் ஆங்கிள் பார்க்கிறீங்களே?"

"யெஸ். இப்போ கடமை. சரி, மிஸ்டர் விசுவம், முதல்லே இந்த பங்களா முழுக்க நாம சுத்திப் பார்க்கிறோம். ஓகே!"

"வாங்க."

அறை அறையாய்ப் பார்த்து, படிப்படியாய் ஏறி விசுவத்தின் அறைக்கு வந்தார்கள்.

"இதான் என் ரூம்."

"கொலை நடந்த ரூம்!"

"ஆமாம்."

"இந்தக் கதவைத்தான் நீங்க திறந்து போட்டிங்க?"

"ஆமாம்."

“இங்கேதான் முதல் இடறல். என்னாலையே டைஜஸ்ட் பண்ண முடியலை மிஸ்டர் விசுவம்! யாராச்சும் கதவைத் திறந்து போட்டுட்டு...”

“பங்களால நான் மட்டும்தான் இருக்கேன்ங்கற அலட்சியம், கீழே முன் கதவை மூடிட்டோம்கற தைரியம்?”

“ஆனா கீழேயும் கதவைச் சாத்தலையா?”

“அதுதான் மறதி. பெரிய தப்பு. எல்லாத்துக்கும் வினை.”

“மே ஐ ஸ்மோக் மிஸ்டர் விசுவம்?” என சிகரெட் கொளுத்திக் கொண்டான் பரத்.

“ஏன் மிஸ்டர் விசுவம். இந்த பங்களாவுக்குள்ளே ஒருத்தன் நுழையணும்னா, வாசல் வழியா மட்டும்தான் வந்தாகணுமா?”

“பின்புறம் தோட்டத்துக்குப் போறவழி ஒண்ணு இருக்கு. அப்போ உள்பக்கமா அது சாத்திதான் இருந்திச்சு. ஸோ அந்த வழியா வரலை நான்தான் வாசல் கதவையே திறந்து வச்சிட்டேனே?”

பரத் அறையில் கட்டிலைச் சுற்றி ஒரு முறை நடந்தான். பின் கட்டிலிலிருந்து அறை வாசல் கதவு வரைக்கும் நிதானமாக நடந்து திரும்பி ஆஷ்ட்ரேயைத் தேடித் துணுக்கு சிகரெட்டை நசுக்கினான். அமர்ந்தான் சுசீலா ஏதோ பத்திரிகையை எடுத்துப் புரட்டிக் கொண்டிருந்தாள்.

“விசுவம், ஒரு சின்னச் செயலைக்கூட விடாம சொல்லுங்க. அன்னிக்கு படுக்கையை விட்டு எழுந்தவுடனே பாத்ரூம் உள்ளே போனிங்க. என்ன, என்ன செஞ்சிங்க?”

“முகம் கழுவினேன். துண்டாலே துடைச்சுக்கிட்டேன் வெளியே வந்தேன்.”

“சோப்புப் போட்டீங்களா?”

“ம்... போட்டேன்.”

“மொத்தமா எவ்வளவு நேரமாகி இருக்கும்?”

"அஞ்சு, பத்து நிமிஷத்துக்குள்."

"நோ. எனக்குச் சரியான நிமிஷக் கணக்கு வேணும். முகம் கழுவிக்க ஒவ்வொருத்தர் ஒவ்வொரு நேரம் எடுத்துக்கு வாங்க. இப்ப நீங்க என்ன செய்றீங்க. இந்த பெட்லேர்ந்து எழுந்திரிச்சு பாத்ரூமுக்குள்ளே போயி அன்னிக்குச் செஞ்ச எல்லாக் காரியங்களையும் செஞ்சிட்டு வாங்க. இந்த கேஸிலே டைம் ஒரு முக்கியமான விஷயமா எனக்குப் படுது ப்ளீஸ்."

விசுவம் எழுந்தான். பரத் தன் கைக் கடிகாரத்தைக் கழற்றி சுசீலாவிடம் கொடுத்தான்.

விசுவம் பாத்ரூம் கதவைத் தள்ளிக்கொண்டு உள்ளே நுழைய,

"இப்பலேர்ந்து பார் சுசீலா" என்றான் பரத்.

விசுவம் திரும்பி வந்தபோது சரியாய் நான்கே நிமிடங்கள்தான் ஆகியிருந்தன.

"நாலு நிமிஷம் ஆகியிருக்கு விசுவம். இப்ப சொல்லுங்க. இன்னிக்கு பாத்ரூமிலேர்ந்து வெளியே வந்ததும் பிராந்தி எடுக்க இந்த கப்-போர்டுகிட்டே வந்திங்க. எடுத்திங்க. திரும்ப பெட்கிட்டே வந்தப்போதான் கொலை நடந்திருக்கிறதை உணர்ந்திங்க இல்லையா?"

"ஆமாம்."

"பாத்ரூமிலேர்ந்து வெளி வந்ததுக்கப்புறமும் ஒரு நிமிஷம் கழிச்சுதான் உடலைப் பார்க்கிறீங்க. அந்த நேரத்திலே ஒருத்தன் தடதடவென்று மாடிப்படியிலே வேகமா இறங்கி ஓடினா உங்களுக்குக் கேட்டிருக்கும். கேட்டதா?"

"அப்படி எந்த சத்தமும் கேக்கலை."

"இந்த அறை வாசலேர்ந்து இருபதடி தள்ளி சின்ன காரிடார். அதோட முடிவிலே மாடிப்படிகள். அங்கே தடதடன்னு ஒருவன் இறங்கினா இங்கே கேக்குமான்னு முதல்ல தெரியணும். நீங்க

ரெண்டு பேரும் இங்கேயே இருங்க. இப்போ நான் போய் மாடிப் படியிலே இறங்கறேன். கேக்குதான்னு சொல்லுங்க."

பரத் எழுந்து வாசலுக்குச் சென்று வெளியேறி மாடிப் படிகளை நோக்கி நடந்தான். சிறிது நேரத்தில் டங், டங் என்று பலமாய் இல்லாவிட்டாலும் லேசான படிகளில் இறங்கும் சப்தம் கேட்டது. பரத் வந்தான்.

"என்ன, கேட்டதா?"

"ம். கேட்டது" என்றாள் சுசீலா.

"இது மாதிரி அன்னிக்கு எதுவும் கேக்கலைதானே விசுவம்?"

"கேக்கலை."

"இப்போ நீங்க என்ன எண்ணத்திலே இதையெல்லாம் கேக்கறிங்க பரத்?" என்றாள் சுசீலா.

"சொல்றேன். விசுவத்தைப் பொறுத்தவரை காலையிலேருந்து அவங்க ரெண்டு பேரையும் கொலைகாரன் ஃபாலோ செஞ்சிருக்காங்கிறது உங்கள் அபிப்ராயம். அப்படித்தானே?"

"ஆமாம், நாங்க பங்களாக்குள்ளே வந்ததும், அவனும் வந்திருக்கணும். என் ரூமிலே பாத்ரூமுக்குள்ளே நுழைஞ்சதும் வேகமா உள்ளே நுழைஞ்சு அவளைக் கொன்னுட்டு உடனே காம்பவுண்ட் கேட் ஏறிக் குதிச்சு ஓடிட்டான்."

"வெய்ட் அங்கதான் வர்றேன். இந்த ரூமின் வாசல் கதவுகிட்டேர்ந்து இந்தப் பெட் வரைக்கும் உத்தேசமாப் பதினெட்டடி இருக்கு. மறுபடி இங்கேர்ந்து வாசலுக்குப் பதினெட்டடி அங்கேர்ந்து இருபதடி தள்ளி காரிடார். அதிலேர்ந்து மாடிப்படிகள் வரைக்கும் பதினைஞ்சடி. மாடிப்படிகள்ல இறங்கியாகணும். இதுக்கெல்லாம் சாதாரணமா இல்லாம அவசரமா எடுத்துக்கிட்டாலும் ரெண்டு நிமிஷம் ஆகும். நீங்க பாத்ரூமுக்குள்ளே இருந்தது நாலு நிமிஷம். மீதி ரெண்டு நிமிஷத்தில் இந்தக் கொலை நடந்திருக்கு. இந்தக் கட்டில் வாசலுக்கு நேரா இருக்கு. அறை வாசல் வழியா யாராச்சும்

உள்ளே வந்தா பளிச்சுன்னு உடனே தெரியும். கொலைகாரன் உள்ளே வந்ததை எப்படி கீதா பார்க்காம இருக்க முடியும்? பார்த்திருந்தா கத்தியிருக்கணும். கத்தியிருந்தா உங்களுக்குக் கேட்டிருக்கணும். அவ பார்க்காம உள்ளே நுழையணும்னா வாசல்லேர்ந்து சுவருக்குப் பாய்ஞ்சு, மெதுவா நகர்ந்து அவ தலைமாட்டுக்கு வரணும், அப்புறம் தலையணை எடுத்து மூஞ்சைப் பொத்திக் கத்தாமத் தடுத்து, அவ கைகால்கள் போராட்டத்தை மீறி நெஞ்சில குத்தணும். சாகிறவரை குத்தணும். ரெண்டு நிமிஷத்துக்குள்ளே சாத்தியமா இவ்வளவும்?"

"பரத், அப்போ நீங்க என்ன சொல்றீங்க?"

"நான் எந்த முடிவுக்கும் வரலை. குழப்பத்திலே இருக்கேன். அவ்வளவு சீக்கிரமாக் கொன்னுட்டு அவ்வளவு சீக்கிரமா மறைஞ்சுட்டான்ங்கிற விஷயம் என்னை டிஸ்டர்ப் பண்ணுது. சரி, கொஞ்சம் கழிச்சு இதை யோசிக்கலாம். உங்களுக்கு யாராச்சும் எதிரிகள் உண்டா விசுவம்?"

விசுவம் சிரித்தான்.

"எதிரிங்கிறதெல்லாம் பெரிய வார்த்தை சார். நான் பணக்காரனா இருக்கேன்னு என் சொந்தக்காரங்களிலே சில பேர் பொறாமையா இருக்காங்க. அவ்வளவுதான். எனக்கு இந்தக் கேள்வி புரியலை."

"என்ன புரியலை?"

"எதுக்காக எனக்கு எதிரி உண்டான்னு கேட்டீங்க? கொலை செய்யப்பட்டிருக்கிறது என் மனைவியோ, மகளோ இல்லை. எனக்கே அறிமுகம் இல்லாத யாரோ ஒரு மூணாவது மனுஷி. இதிலே என் எதிரி எங்கே வர்றான்? அந்தப் பொண்ணு கீதாவுக்கு எதிரிதானே கொலைகாரனாக இருக்க முடியும்?"

பரத் இன்னொரு சிகரெட் எடுத்துக்கொண்டு, "அது ஒரு கோணம்" என்றான்.

"வேற என்ன கோணம் இருக்கு அதைத் தவிர?"

"சொல்லட்டுமா? அந்தப் பொண்ணை முன்னே பின்னே தெரியாது கொலைகாரனுக்கு. ஆனா அவளை உங்க ரூமிலே வச்சுக் கொலை செய்ய விரும்புறான். காரணம் கொலைப்பழி உங்க மேலே விழும், தண்டனை உங்களுக்குக் கிடைக்கும் என்ற திட்டந்தான். அந்தக் கொலைகாரனுக்கு கீதாவைத் தெரியவே தெரியாது. உங்களை மாட்ட வைக்கிறது மட்டும்தான் அவன் நோக்கம். எப்படி இந்தக் கோணம்?"

"சார்! ஏற்கனவே நான் குழம்பிப்போய், தவிச்சுக்கிட்டு இருக்கேன். இப்படி திகில் பண்றிங்களே, என்னை மாட்ட யார் விரும்பப் போறாங்க?"

"உங்க எதிரி."

"எதிரியா? எனக்கு அப்படி யாரும் கிடையாது சார்!"

"உங்களுக்கே தெரியாம இருக்கலாம். நல்லா அப்புறமா யோசிச்சு நாளைக்குச் சொல்லுங்க, உங்களை இது மாதிரி மாட்ட வைக்க யாராச்சும் முயன்றிருப்பாங்களான்னு. இப்போ இந்த பங்களால நீங்க மட்டும்தானா?"

"எங்க அத்தை பையன் மணி வந்திருக்கான்."

"எங்க இப்போ?"

"கார் எடுத்துக்கிட்டு ஊர் சுத்தப் போய்ட்டான். இன்னும் வரலை."

பரத் எழுந்தான்.

"அப்போ காம்பவுண்ட்கிட்டே டார்ச் அடிச்சுப் பார்த்தப்போ செடிகள் அசைஞ்சுக்கிட்டிருந்திச்சு. அங்கே தான் ஏறிக் குதிச்சிருக்கணும்னு சொன்னிங்க இல்லையா? அந்த எடத்தை பார்க்கணும். வாங்க டார்ச் எடுத்துக்கங்க."

மூவரும் டார்ச்சோடு காம்பவுண்ட் அருகே வந்தார்கள்.

"அந்த இடம்தான்" என்று டார்ச்சை அடித்தான் விசுவம். டார்ச்சை தன் கையில் வாங்கிக் கொண்டு அருகில் சென்றான் பரத்.

காம்பவுண்ட் சுவரில் மஞ்சள் காவி அடிக்கப்பட்டிருந்தது. மேலே கண்ணாடி எதுவும் இல்லை; சுலபமாகக் குதித்துக் கையை ஊன்றி ஏறித் தாண்டி விடலாம். கீழே சுவரின் அருகில் டார்ச்சைத் திருப்பியபோது பாதி மண்ணில் மூடப்பட்டிருந்ததைக் குனிந்து எடுத்தான்.

அது ஒரு ரயில் டிக்கெட்.

✲ ✲ ✲

அத்தியாயம்

16

இ.பி.கோ. - 497: அடல்ட்ரி. (தமிழில் 'கள்ளத் தொடர்பு' என்பதை விட நாகரிகமான வார்த்தை கிடைக்கவில்லை.)

தண்டனை: ஐந்து வருடம் வரை சிறை அல்லது அபராதம் அல்லது இரண்டும்.

டார்ச் வெளிச்சத்தை ரயில் டிக்கெட்டின் மீது செலுத்தினான் பரத்.

சென்னை எழும்பூரிலிருந்து மயிலாடுதுறைக்குப் பயணம் செய்ய... அல்லது செய்த டிக்கெட்.

பின்புறம் திருப்பினான் பரத்.

வண்டி பயணத் தேதியும் சீட் எண்ணும் இருந்தன.

“மை காட், இன்னிக்கு தேதி என்ன விசுவம்?”

“பதினேழு.”

“இங்க பாருங்க பதினெட்டாம் தேதி பயணம் செய்யறதுக்கான டிக்கெட். அதாவது நாளைக்கு. வண்டி நம்பர் இது என்ன எக்ஸ்பிரஸ்?”

“தெரியலை. என்கொயரியைக் கூப்பிட்டாத் தெரியும்” என்றாள் சுசீலா.

“இத்தனை துல்லியமாக நாம் கொலைகாரனைப் பிடிக்கப் போறோமா?” என்றான் விசுவம்.

“அத்தனை சுலபம் இல்லை விசுவம். இந்த இடத்திலே தான் காம்பவுண்ட்டைத் தாண்டிப் போனான் கீதாவைக் கொன்றவன். தாண்டறப்போ டிக்கெட் பாண்ட் பாக்கெட்லேர்ந்து கீழே விழுந்திருக்கும். நாளைக்கு ரிசர்வ் பண்ணினபடி பிரயாணம் பண்றதுக்கு அவன் வருவான்ங்கிறது நிச்சயம் இல்லை. நடந்ததிலேர்ந்து பார்க்கறப்போ, இது திட்டமிட்ட கொலையாத் தெரியுது. ஒரு திட்டமிட்ட கொலைகாரன் இந்த மாதிரி சந்தர்ப்பத்திலே, அதாவது தான் பிரயாணம் செய்ய வேண்டிய டிக்கெட் காணாமல் போய்ட்ட நிலையிலே எப்படி நடந்துக்குவான்?”

“டிக்கெட் காணாமப் போய்ட்டா அது ஒண்ணும் பெரிய பிரச்னை இல்லை பரத்! முன் கூட்டியே காணாமப் போய்டுச்சுன்னு இன்ஃபார்ம் பண்ணி, அப்ளிகேஷன் ஃபார்மிலே போட்ட மாதிரி

கையெழுத்துப் போட்டுக் காட்டி டூப்ளிகேட் வாங்கிடலாம்" என்றாள் சுசீலா.

"நான் அதைச் சொல்லலை சுசீலா டிக்கெட் தொலைஞ்சிடுச்சு. அது தப்பித் தவறிப் போலீஸ் கைக்குக் கிடைச்சா என்ன ஆகும்னு யோசிச்சுப் பார்ப்பானா, மாட்டானா? நானா இருந்தா இந்தப் பயணம் மேற்கொள்ள மாட்டேன். சரி, வாங்க, உள்ளே போய் உட்கார்ந்து பேசலாம்."

பரத், சுசீலா, விசுவம் தோட்டத்திலிருந்து வீட்டுக்குள் வந்து ஹாலில் சோபாக்களில் அமர்ந்தார்கள்.

"இது ரொம்ப நல்ல தடயம் மிஸ்டர் விசுவம். இந்த டிக்கெட்டினாலே என்ன என்ன விவரங்கள் தெரியுது பாருங்க. கொலைகாரன் மாயவரத்தைச் சேர்ந்தவனா இருக்கலாம். இல்லைன்னா மாயவரத்திலே அடைக்கலம் தர நம்பிக்கையான ஆளா இருக்காங்க. கொலை செஞ்சுட்டு உடனடியாத் தப்பிக்கிற நோக்கம் இல்லை. நிறுத்தி நிதானமா, ரெண்டு நாள் இடைவெளி விட்டுப் புறப்படறான். முன் கூட்டியே டிக்கட் ரிசர்வ் பண்ணியிருக்கான்."

"இன்னும் ஒரு முக்கியமான விஷயம் இதிலேர்ந்து தெரியுது பரத்?"

"என்ன?"

"நாளைக்கு இந்த ரயில் பயணம் ஆரம்பிக்கிற வரைக்கும் மெட்ராஸ்ல தான் இருக்கான். இந்த நிமிஷம் எங்கயோ சுகமாத் தூங்கிக்கிட்டிருப்பான்?"

"ஒரு வகையிலே ஒத்துக்கலாம். டிக்கெட் தொலைஞ்சதை இந்நேரம் உணர்ந்திருந்தா வேற ஏற்பாடுகள் செய்து முன்கூட்டியே புறப்பட்டிருக்கலாம். டிக்கெட் தொலைஞ்சதை இன்னும் உணரலைன்னா நாளை வரைக்கும் இங்கே தான் இருக்கான். விசுவம், ரயில்வே என்கொயரியைக் கூப்பிட்டு இந்த நம்பர் என்ன வண்டி, பிளாட்பாரம் நம்பர் விசாரிங்க."

விசுவம் எழுந்து டெலிபோனை நெருங்கி இயங்கினான். பரத் அருகில் இருப்பதில் சற்றுத் தெம்பாக உணர்ந்தான். டிக்கெட் தடயமாகக் கிடைத்ததில் குற்றவாளியைக் கண்டுபிடித்துவிட முடியும் என்று சற்று நம்பிக்கை ஏற்பட்டிருந்தது.

பேசிவிட்டுத் திரும்பி வந்தான்.

"ராமேஸ்வரம் எக்ஸ்பிரஸ் மூணாவது பிளாட்பாரத்திலேருந்து ராத்திரி எட்டு அஞ்சுக்குப் புறப்படுது."

"வெரி குட்! இந்த டிக்கெட் என்கிட்டேயே இருக்கட்டும். என்ன பண்றதுன்னு யோசிச்சு நான் முடிவு பண்ணிக்கிறேன் அடுத்த பிரச்னைக்கு வருவோம். இப்போ நீங்க நடராஜன், திலக் இந்த ரெண்டு தனி நபர்களையும், போலீஸ் என்கிற சக்தி வாய்ந்த ஒரு டிபார்ட்மெண்டையும் சமாளிச்சாகணும். இத்தனை குழப்பம் பண்ணி வச்சுட்டு இந்தச் சூழ்நிலையிலே போலீஸ்கிட்டே போய் உண்மையைச் சொல்றது உங்களுக்கு ஆபத்துதான். உண்மையான குற்றவாளியை ஆதாரத்தோட பிடிக்கிற வரைக்கும் போலீஸ் உங்களைப் பிடிக்கக் கூடாது. நீங்க செஞ்சிருக்கிற குழப்பங்களை வச்சு எனக்கு போலீஸ் உங்களைத் தேடிவரும்னு தோணலை, நீங்க ஏதாச்சும் மாட்டிக்கிற மாதிரியான தடயங்களை விட்டு வந்திருக்கிற வரையில்?"

"எந்த சின்னத் தடயத்தையும் விடலை. நான்தான் வேணுமின்னே கவனமாப் போய்த் தடயங்கள் ஏற்படுத்தியிருக்கேனே?"

"இப்போதைக்கு போலீசின் தொந்தரவு இல்லைன்னு வச்சிக்கலாம். அடுத்தது நடராஜன். அந்த ஆள் திருப்பித் திருப்பி உங்ககிட்டே வர்றதாச் சொல்றீங்க. உங்க மேல எதுவும் சந்தேகம் ஏற்பட்ட மாதிரி தெரியுதா?"

"இல்லை. கடைசியா என்கூட அவ இருந்தாங்கிறதனாலே என்னைச் சுத்தி சுத்தி வர்றார். அவரை போலீஸ்ல கம்ப்ளெய்ண்ட் கொடுக்க விடாமச் செய்யணும்."

"அவர் கம்ப்ளெய்ண்ட் கொடுக்கிறதாலே நமக்கு ஒண்ணும் பிரச்னை இல்லை விசுவம். கீதாங்கிற இவ எனக்கு வேண்டியவ,

இத்தனாம் தேதியிலேர்ந்து காணோம் அப்பிடின்னு இந்த மாதிரிதான் புகார் கொடுக்க முடியும். அவ பிராஸ்டிடியூட்ன்னும், காணாமப் போறதுக்கு முதநாள் உங்களோடு சுத்தினாள்னும் கொடுக்க மாட்டார். ஆனாலும் அவர் புகார் கொடுக்காம இருக்கிறது நல்லது. நாளைக்கு அவர் வந்ததும் போலீஸ்ல அத்தனை தீவிரமா விசாரிக்க மாட்டாங்க, கண்டுபிடிக்க மாட்டாங்க. அதனாலே பிரைவேட்டா துப்பறியற ஒருத்தரைப் பார்ப்போம்னு சொல்லி என் வீட்டுக்கு அழைச்சுக்கிட்டு வாங்க. எனக்கு நடராஜன்கிட்டே நிறைய அந்த கீதாவைப் பத்திப் பேசணும். தெரிஞ்சுக்கணும். இங்கே மெட்ராஸ்ல அந்த கீதா எங்கே தங்கியிருந்தா தெரியுமா?"

"தெரியாது. என் கார்ல ஒரு பஸ் ஸ்டாப்லேர்ந்து ஏறிக்கிட்டா. அவ இருந்த இடம் நடராஜனுக்குத்தான் தெரியும்."

"அந்த இடத்துக்குப் போகணும் நாம். அங்கே கொஞ்சம் ஆராயணும். ஆகையினாலே நான் சொன்ன மாதிரி நடராஜனை என்கிட்டே கூட்டிட்டு வாங்க. அவரை நான் சமாளிச்சுக்கறேன். அடுத்த பிரச்னை திலக்?" என்றான். பரத்.

"சே! எப்படிப் போய் நான் மாட்டிருக்கேன் பாருங்க?" என்றான் விசுவம்.

"கவலை வேணாம் விசுவம். எத்தனை பெரிய சிக்கலாய் இருந்தாலும் நிதானமா, ஆழமா யோசிச்சா சமாளிச்சிடலாம். திலக் நாலு நாள் டயம் கொடுத்திருக்கான் இல்லையா? நடுவிலே வரமாட்டேன்னு சொன்னான். இல்லையா? அதனாலே அவனைப்பத்தி ரெண்டு நாள் கழிச்சுக் கவலைப்பட்டாப் போதும். பத்திரிகைகளிலே எத்தனையோ திலக் எடுத்த அருமையான புகைப்படங்களைப் பார்த்து நான் ரசிச்சிருக்கேன். ஒரு திறமையான கலைஞன் இப்படி அயோக்கியத்தனம் நிறைஞ்சவனா இருப்பான்னு நான் எதிர்பார்க்கலை. ஆனா சந்தர்ப்பங்கள்தான் மனிதனோட குணங்களை மாற்றி அமைக்குது அவன் விலாசம், பத்திரிகை ஆபீஸ் மூலமா வாங்கிடலாம். திலக்கை எப்படிச் சமாளிக்கிறதுன்னு நான் யோசிச்சுச் சொல்றேன். நடுவிலே அவன் போன் செஞ்சா,

'ரெண்டு லட்சம் புரட்டறத்துக்கு முயற்சி எடுத்துக்கிட்டிருக்கேன். இன்னும் ரெண்டு நாள் டயம் வேணும்னு' மட்டும் சொல்லி வைங்க" எனக் கொட்டாவி விட்டான் பரத்.

"இந்த ராத்திரியிலே உங்களுக்கு ரொம்ப தொந்தரவு தர்றேன். ஸாரி" என்றான் விசுவம்.

"பரவாயில்லை, இது எனக்கு சகஜம், இப்போ நாளைக்கு ராத்திரி எழும்பூர் போறது பத்திதான் யோசிக்கணும், மற்ற பிரச்னை எல்லாம் அப்புறம்தான். அதுக்கு முன்னாடி நீங்க எனக்குக் காட்ட வேண்டிய பொருள் ஒண்ணு இருக்கு?"

"என்ன?"

"கீதா கொண்டு வந்த ஹாண்ட் பாக்"

"ஆமாம். இதோ எடுத்துக்கிட்டு வர்றேன். அதுக்குள்ளே என்ன என்ன இருக்குன்னு நானே பார்க்கலை. அப்படியே மெத்தைக்கு அடியிலே வச்சதுதான்."

"போய் எடுத்துக்கிட்டு வாங்க."

விசுவும் படியேறி மாடிக்கு அவன் அறைக்குச் சென்றான். "ரொம்ப இண்ட்ரஸ்ட்டிங்கா இருக்குதில்லே இவர் கேஸ்?" என்றாள் சுசீலா.

"உன் இடுப்பைக் கிள்றதைவிட இண்ட்ரெஸ்ட்டிங்!" என்று அவன் விரல்களை எடுத்துச் செல்லமாகத் தட்டி விட்டாள் சுசீலா.

"மனுஷன் ஒருத்தன் பரிதாபமா சிக்கல்கள்ல மாட்டிக்கிட்டு முழிச்சுக்கிட்டிருக்கான். உங்களுக்கு இடுப்பைக் கிள்றது முக்கியமாப் போச்சா?"

"இது பாட்டுக்கு இது, அது பாட்டுக்கு அது. அவர் ஹாண்ட் பாக் கொண்டாந்ததும் மறுபடி கடமை. அது வரைக்கும்..."

"ஸ்... ஸ்... அவர் வர்றார்?"

கையை எடுத்துக் கொண்டான் பரத்.

"இந்தாங்க." சின்ன ஆரஞ்சு நிற ஹாண்ட் பாக்கை நீட்டினான் விசுவம்.

அந்த ஹாண்ட் பாக்கின் வெளிப்புறத்தில் அறை இல்லை. மேல் ஜிப்பை இழுத்து உள்ளே பார்த்தான். அடைசலாக நிறையப் பொருட்கள் இருப்பது தெரிந்தது. அப்படியே டிரேயின் மேல் மெதுவாகக் கவிழ்த்தான்.

ஒரு லிப்ஸ்டிக், ஏழு பத்துப் பைசாக்கள், மூன்று ரூபாய் கசங்கிய நோட்டுக்கள், ஓர் எடை பார்த்த டிக்கெட்... (ஐம்பத்தாறு கிலோ. 'இன்று நீங்கள் சற்றும் எதிர்பாராத நிகழ்ச்சி ஏற்படும்')

இரண்டு, மூன்று சிட்டி பஸ் டிக்கெட்டுகள், ஒரு பொட்டலம், ஒரு பாலிதீன் பையில் கலர் மணிகள்.

எதுவும் முக்கியமாய்ப் படவில்லை. அந்த சின்னப் பொட்டலம் மட்டும் உறுத்தியது. அது நியூஸ் பேப்பரில் கட்டப்பட்டிருந்தது. மெல்ல அதைப் பிரித்தான்.

'...ள்ளக் காதல் எதிரொலி' என்று பின்னணியில் தெரியக் கொஞ்சம் விபூதி.

"கோவிலுக்குக் கூடப் போவா போலிருக்கு?" என்று திரும்ப மடித்தான். எல்லாவற்றையும் ஹாண்ட் பாக்கிற்குள் எடுத்துப் போட்டான். எழுந்தான் பரத்.

"இந்த ஹாண்ட்பாக் என்கிட்டே இருக்கட்டும். நீங்க பதட்டப்படாம நிம்மதியாத் தூங்குங்க இதுவரைக்கும் எப்படிக் கமுக்கமா இருந்தீங்களோ, அதே மாதிரி கமுக்கமாவே இருங்க. சாதாரணமா எப்படி நடந்துக்குவீங்களோ அப்படியே நடந்துக்கங்க. வெளியே அதிகமாப் போக வேணாம். உங்க அத்தை பையன் கார் எடுத்துக்கிட்டுத் தானே போயிருக்கான்?"

"ஆமாம்."

"வந்ததும் காரை ஷெட்டில வச்சுப் பூட்டுங்க. அதிகமா யூஸ் பண்ண வேணாம் இன்னும் சொன்னா, நீங்க அந்தக் காரை வெளியவே எடுக்க வேணாம். நாங்க புறப்படறோம்."

பரத்தும் சுசீலாவும் கிளம்பினார்கள்.

பரத் நின்று கேட்டான். "எங்க வீட்டுக்கு வந்தீங்களே, வாசல்ல நிக்குதே இந்தக் கார்?"

"இது ஃபியட் இங்கேயே இருக்கிற வண்டி அது அம்பாஸிடர். அதை கோயமுத்தூர்லேர்ந்து நான் எடுத்துக்கிட்டு வந்தேன்."

"நல்லது. அந்த அம்பாஸிடரைக் கொஞ்ச நாளைக்கு உபயோகிக்கவே வேணாம்" என்று பரத் சொன்னபோது, போர்ட்டிகோவில் அம்பாஸிடர் வந்து நின்று, அதிலிருந்து மணி இறங்கி திரும்பி காருக்குள் பார்த்து "இறங்குங்க" என்றான்.

* * *

அத்தியாயம் 17

இ.பி.கோ. - 82: ஏழு வயதிற்குக் குறைந்த ஒரு குழந்தையால் செய்யப்பட்ட எதுவும் குற்றமாகாது.

மணியின் வயதுள்ள, ஆனால் மணியின் அகலமில்லாத ஓர் இளைஞன் சூட்கேஸ் ஒன்றோடு இறங்கினான்.

"சும்மா தயங்காம வாங்க பாபு" என்றான் மணி.

மணியும், பாபுவும் உள்ளே வந்து கொண்டிருக்கும் போது பரத், சுசீலாவைக் கண்டதும் சடன் பிரேக் அடித்தார்கள்.

"இவங்க?" என்று விசுவத்தைக் கேட்டான்.

"என் ஃபிரண்ட்ஸ். இவர் யாரு?"

"காலேஜ்ல என் சீனியர் எதேச்சையா சந்திச்சேன். லாட்ஜிலே தங்கப் போறேன்னாரு. பெரிசா வீடு இருக்கு வாங்கன்னு அழைச்சுக்கிட்டு வந்தேன்."

பல்லைக் கடித்தான் விசுவம்.

"நாங்க வர்றோம்" என்றான் பரத்.

"நான் கார்ல டிராப் பண்ணட்டுமா?"

"பாவால்லே, வேணாம்."

"இல்லைன்னா ஒண்ணு செய்ங்க. நீங்க ஃபியட்டை எடுத்துக்கிட்டுப் போங்க. நாளைக்கு எப்போ சௌகரியமோ அப்போ கொண்டாந்து விடுங்க எனக்கு ஒண்ணும் வேலை இல்லை. இந்தாங்க பரத் சாவி."

கொஞ்சம் யோசித்து, "சரி" என்று வாங்கிக் கொண்ட பரத், புறப்பட்டுப் போனதும், போர்ட்டிகோவில் நின்ற அம்பாஸிடரை காரேஜுக்குள் ஓட்டி, பூட்டிக் கொண்டு திரும்பினான் விசுவம்.

பாபு, சிகரெட் குடித்துக் கொண்டிருந்தவன் எழுந்து இவனைக் கண்டதும் "ஸாரி" என்றான்.

"பரவாயில்லை."

"மணி, அவரை உன் ரூமுக்கு அழைச்சுக்கிட்டுப் போ... நீங்க என்ன செய்றீங்க?"

"மதுரைக்குப் பக்கத்திலே ஒரு ஊர்ல வேலை பார்க்கிறேன். சப் இன்ஸ்பெக்டர் ஆஃப் போலீஸ்" என்ற பாபு. மணியின் பின்னால் நடக்க...

"மை காட்!" என்று நின்றான் விசுவம்.

ராஜா சில்க் பாலஸ்.

விமல் ஸ்டுடியோ.

ஆர்.டி.ஸி. டுடோரியல் காலேஜ்.

ஷாலிமார் ஐஸ்க்ரீம்ஸ்.

ஃப்யூச்சர் ஃபாஷன்.

"நிறுத்து டிரைவர், 'ஃப்யூச்சர் ஃபாஷன்' டிரெஸ் சென்டர் பக்கமா நிறுத்து. இந்தக் கடைதான்" என்றார் டெபுடி கமிஷனர் ஹரிஹரன்.

ஜீப், கடையின் வாசலில் நின்றதும் வேகமாய் இறங்கினார் கூலிங்கிளாசை மடக்கி பாக்கெட்டுக்குள் வைத்துக் கொண்டார். சாதாரண உடையில் இருந்தார். சிகரெட்டைப் பற்ற வைத்துக் கொண்ட பிறகு கடையினுள் நுழைந்தார் கண்ணாடிக் கதவைத் தள்ளிக் கொண்டே...

பெரிய கடை ஏ.சி. ஒவ்வொன்றும் தனித் தனிப் பகுதிகள்.

"வாட் கேன் ஐ டூ ஃபார் யூ சார்?" என்றாள் ஒரு ஸ்லீவ்லெஸ் பெண். பூ இல்லாத பிளெய்ன் சேலை பிளெய்னாக உள்ளே உள்ளவைகளை டிஸ்ப்ளே செய்தது.

"இன்ட்ரட்யூஸ் மி யுவர் பாஸ்."

"சிங்கப்பூர்ல இருக்கார். லைக் டு மீட் மானேஜர்?"

"யெஸ்."

மானேஜர் முகத்தில் பிரதானமாக அமைந்திருந்தவை கிருதாக்கள்.

"நான் டெபுடி கமிஷனர் ஆஃப் போலீஸ்" என்று கையை நீட்டியதும் எழுதிக் கொண்டிருந்த பேனாவைப் பொட்டென்று போட்டுவிட்டு எழுந்து கை கொடுத்தார் அவர்.

ஹரிஹரன் தன்னிடம் இருந்த அட்டையை நீட்டினார்.

"ஒரு கேஸ்லே இந்த உங்க விலை அட்டை ரொம்ப முக்கியமாய்டுச்சு. இதை வச்சு நிறைய விஷயங்கள் நாங்க தெரிஞ்சாகணும். இந்த அட்டையில் இருக்கிற டிசைன், ரேட் இதைப் பார்த்து உங்க பில் புக்ஸைப் பார்த்து இது எத்தனாம் தேதி விற்பனையாகியிருக்குன்னு சொல்லணும்."

வாங்கிப் பார்த்தார்.

"நாங்க பில்லிலே டிசைன் நம்பர்லாம் எழுதறதில்லை. ஆனா விலைய வச்சுப் பார்க்கலாம்னு நினைக்கிறேன்." பாண்ட் செக்ஷனிலிருந்து ஆளை அழைத்து "ஜெயக்குமாரை ஒரு வாரத்து பில் புக்ஸை - பாண்ட் பில்ஸ் மட்டும் எடுத்துக்கிட்டு வரச் சொல்லு" என்றார்.

வந்த ஜெயக்குமார் விஷயத்தைக் கேட்டுக் கொண்டு பில்களைப் புரட்டி விட்டு சில நிமிடங்களில் "இதோ சார், பதினைந்தாம் தேதி சேல் ஆகியிருக்கு. மொத்தம் நாலு பாண்ட்ஸ் வாங்கிருக்காங்க. அதில் இந்த பாண்ட்டும் ஒண்ணு" என்றார்.

"வெரி குட்" என்றார் ஹரிஹரன். "ரூ.147-50 விலையிலே வேற பாண்ட் இல்லையா?"

"இல்லே. கொஞ்சம் முன்னே பின்னே இருக்கும்."

"இதே விலையிலே இதே பாண்ட்லே வேற பீசஸ்?"

"இந்த டிசைன்ல ரெண்டுதான் வந்தது ஒண்ணு ஒரு மாசம் முன்னாடி வித்துடிச்சு. இது சமீபத்துல வித்திருக்கு."

"வெல் மிஸ்டர் ஜெயக்குமார், உங்க ஜீன்ஸ் செக்ஷன்ல எத்தனை பேர் வேலை பார்க்கிறாங்க?"

"ஏழு பேர் சார்."

“நான் அவங்களை விசாரிக்கணும் மானேஜர்” என்று எழுந்தார்.

“தாராளமா” என்று மானேஜர் கூட வந்தார்.

அந்த பாண்ட் செக்ஷனுக்கு வந்து, ஏழு பேரையும் அழைத்து, “ஹலோ! ஒரு முக்கியமான கொலை கேசுக்கு உங்க உதவி தேவைப்படுது. கொஞ்சம் யோசிச்சுச் சொல்லணும். இன்னைக்கு மூணு நாள் முன்னாடி பதினைந்தாம் தேதி இந்த பில் படி நாலு பாண்ட் விற்பனையாயிருக்கு. ஒரு பாண்ட் நிறையப் பேர் வாங்குவாங்க நினைவிருக்காது. ஆனா இதைக் கொஞ்சம் நினைவுபடுத்திப் பார்க்க முடியுமா? இதை வாங்கின ஆள் எப்படி இருந்தான்னு தெரியணும். அதுக்கு முன்னாடி இதை விற்பனை செஞ்சது உங்கள்ல, யார் ஞாபகமிருக்கா?”

“நான் தான் சார்” என்றான் இளம் வயது வெள்ளையப்பன்.

“நல்லா ஞாபகமிருக்கா?”

“ஞாபகமிருக்கு.”

“அந்த ஆள் முகம் ஞாபகமிருக்கா?”

“ஞாபகமிருக்கு.”

“கொஞ்சம் ரூமுக்கு வாங்க. பேசலாம் உங்களோட, மிச்சப் பேர் உங்க வேலைகளைக் கவனிங்க.”

வெள்ளையப்பனை அழைத்துக் கொண்டு மானேஜரின் அறைக்குள் வந்தார் ஹரிஹரன்.

“உட்காருங்க. உங்க பேரென்ன?”

“வெள்ளையப்பன் சார்.”

“பரவால்லை, உட்காருங்க. நிறுத்தி, நிதானமா யோசிச்சுப் பார்த்துக்கங்க. எப்படி இருந்தார் அவர்?”

“நல்ல பணக்கார வீட்டுப் பையனாட்டம்தான் இருந்தார். எடுப்பா டிரெஸ் பண்ணிருந்தார். நல்ல சிகப்பு வெயில் கண்ணாடி போட்டிருந்தார். ஒரு பாண்டை ட்ரையல் பார்த்தார். ரொம்பப்

புரட்டலை அஞ்சு, பத்து நிமிஷத்திலே எடுத்துட்டார். அப்புறம் டி. ஷர்ட் செக்ஷன்ல போய் கொஞ்சம் பர்ச்சேஸ் பண்ணார்."

"முகத்திலே விசேஷமா ஏதாச்சும் அடையாளம்? பரு, மச்சம், காயம் இப்படி ஏதாச்சும் இருந்திச்சா?"

"இல்லை சார்."

"மீசை அடர்த்தியா இருந்திச்சா, சன்னமா இருந்திச்சா?"

"சரியா ஞாபகமில்லை சார்."

வெள்ளையப்பன் கூறக் கூறக் காகிதத்தில் குறித்துக் கொண்டே வந்தார் ஹரிஹரன்.

"ஆனா இப்போ பார்த்தா அவரை அடையாளம் காட்ட முடியுமில்லையா?"

"காட்டலாம் சார்."

"அவர் கூட யாராச்சும் வந்தாங்களா?"

"இல்லை. அவர் மட்டும்தான்."

"அவர் அதுக்கு முன்னாடி இங்கே வந்திருக்காரா?"

"ஞாபகமில்லை சார். தினம் நிறையப் பேர் வர்றாங்களே?"

"நாளையிலேர்ந்து மஃப்டியிலே ஒரு கான்ஸ்டபிள் இந்தக் கடைக்குள்ளே இருப்பார். மறுபடி அவர் இந்தக் கடைக்கு வந்தா நீங்க கான்ஸ்டபிளுக்குச் சாடை காட்டணும். செய்றீங்களா?"

"செய்றேன் சார்."

"அப்புறம்... இப்ப வேணாம். வேலை முடிஞ்சு வீட்டுக்குப் போனதும் எனக்காக ஒரு காரியம் செய்யணும். நீங்க டைரி எழுதுவீங்களா?"

"தினமும் எழுத மாட்டேன். எப்பவாவது எழுதுவேன்."

"அது போதும் ஒரு பேப்பரை எடுத்துக்கங்க, அந்த ஆள் வந்ததிலேர்ந்து நீங்க பாண்ட் எடுத்துக் காட்டினதிலேர்ந்து, அவர் புறப்பட்டுப் போன வரைக்கும் ஒரு சின்ன விஷயத்தைக்கூட

விடாம சாதாரணமாக எழுதித் தாங்க." "சாவிக் கொத்தைச் சுழற்றினார். நாலைந்து சாவிகள் இருக்கும்" என்பது போல எழுத வேண்டாம்.

"சரி சார். இப்ப ஞாபகம் வருது. அவர் வெச்சிருந்த சாவிக் கொத்தில நாலு சாவி இல்லை ரெண்டுதான். கார்ச் சாவி."

"கார்ச் சாவின்னு எப்படிச் சொல்றீங்க?"

"பார்சலை எங்க கடைப் பையனைக் கூப்பிட்டு 'கார்ல கொண்டாந்து வை'ன்னு சொன்னாரே?"

வாவ் என்று ஹரிஹரன் துள்ளினார்.

"பார்த்தீங்களா, ஒவ்வொரு விவரமாகச் சொல்றீங்க! இது எனக்கு எத்தனை முக்கியமானது தெரியுமா? கார்ல கொண்டு போய் பார்சலை வச்ச பையனைக் கூப்பிடுங்க!"

✲ ✲ ✲

அத்தியாயம் 18

இ.பி.கோ. - 503: மிரட்டுதல்.

தண்டனை: 506படி இரண்டாண்டு வரை சிறை அல்லது அபராதம் அல்லது இரண்டும்.

வெள்ளையப்பன் யோசித்தான்.

"என்ன யோசிக்கிறீங்க. கார்ல கொண்டு போய் வச்ச பையன் யாரு?"

"அதான் யோசிக்கிறேன். சின்னப் பையன்கள் ஏழெட்டுப் பேர் இங்கே வேலை பார்க்கிறாங்க."

"மை காட்! நல்லா யோசிங்க. பார்சலைக் கொண்டுபோய் வச்சிட்டு வந்ததும் அந்தப் பையன் எதாச்சும் பேசியிருக்கலாம்" என்றார் ஹரிஹரன்.

"இருங்க, யோசிக்கிறேன்."

"மானேஜர், எல்லாச் சின்ன பையன்களையும் கூப்பிடுங்க. நான் விசாரிக்கிறேன்."

"வேணாம் சார். ஞாபகம் வந்துடிச்சி. பழனி சார். அவன்தான் கொண்டு போய் கார்ல வச்சிட்டு வந்து இன்னொரு பையன்கிட்டே 'காருக்குள்ளே சின்ன முயல்குட்டி தொங்குதுடா'ன்னு சொன்னான். நினைவிருக்கு; பழனிதான்."

"சரி வெள்ளையப்பன். ரொம்ப நன்றி. நீங்க போகலாம். நான் சொன்ன மாதிரி எழுதி வைக்கிறீங்களா?"

"சரி சார்."

"நீங்க போயி அந்த பழனியை வரச்சொல்லுங்க, நாளையிலேர்ந்து ஒரு மஃப்டி போலீஸ் வருவார்."

வெள்ளையப்பன் போய்விட்டுத் திரும்ப வந்தான். பேப்பரிலிருந்து பென்சிலை எடுத்து, "எங்கே பழனி?" என்றார் ஹரிஹரன்

"இன்னிக்கு அவன் லீவு சார்."

"மானேஜர், சம்பள ரிஜிஸ்டர் எடுத்துப் பார்த்து அவன் அட்ரசைக் குடுங்க. வெள்ளையப்பன், அவன் வீடு தெரிஞ்ச வேற யாராச்சும் ஒரு பையனை இங்கே வரச் சொல்லுங்க. எனக்கு

அர்ஜெண்ட். அந்த பழனி பழனிக்கே போயிருந்தாலும் போய்ப் பார்த்துப் பேசியே ஆகணும்."

மானேஜர் அட்ரஸ் தந்தார்.

"எனக்கு பழனி வீடு தெரியும் சார். சைதாப்பேட்டைல இருக்கு" என்று ஒரு பையன் வந்தான்.

"இந்தப் பையனைத் திருப்பிக் கொண்டாந்து விட்டுடறேன். தம்பி வாடா, என் கூட."

அந்தப் பையனை ஏற்றிக்கொண்டு சைதாப்பேட்டை நோக்கி ஜீப் செல்ல, ஹரிஹரன் கொலைகாரனை அங்குலம் அங்குலமாக நெருங்குவதற்குரிய உணர்வை அடைந்தார்.

"உன் பேர் என்னடா?"

"திருப்பதி."

"உங்க கடையிலே மிச்ச பசங்க பேர் திருச்செந்தூர், திருக்கழுக்குன்றம் இப்படி இருக்குமா? டிரைவர், வேகமாப் போப்பா!"

விசுவம் குளித்து, டிரஸ் செய்து செய்திப் பத்திரிகை படித்துக் கொண்டிருக்கையில் "இண்ட்டர்வ்யூ போய்ட்டு வர்றேன்" என்றான் மணி.

"உன் ஃபிரண்டு எங்கே?"

"காலைல அஞ்சு மணிக்கே போய் விட்டாரே?"

"அப்பாடா!"

"என்ன அப்பாடா?"

"ஒண்ணுமில்லை. நீ போய் நல்லாப் பதில் சொல்லிட்டு வா."

"அதெல்லாம் வால்கிளாக் மணி அடிக்கிற மாதிரி டாண் டாண்னு சொல்வேன். 'உங்க ஊர்ல எத்தனை காக்காய்?'ன்னு கேட்டானாம் ஒருத்தன், ஒருத்தன். 'எண்ண முடியாது'ன்னானாம். நான் என்ன சொல்வேன் தெரியுமா? எட்டாயிரத்தி நானூத்தி முப்பத்தொண்ணுன்னு சொல்வேன்!"

"அப்படியா? போய்ட்டு வா."

மணி போனதும் பரத்துக்கு போன் செய்தான் விசுவம். குட்மார்னிங் சொன்னான்.

"குட் மார்னிங், எதுவும் விசேஷம் உண்டா?"

"ஒண்ணும் இல்லை. ஜஸ்ட் டு ஸே குட்மார்னிங்."

"உங்க காரைச் சாயங்காலம் கொண்டார்றேன்."

"மெதுவா வாங்க, சாயங்காலம் ரயில்வே ஸ்டேஷனுக்கு நானும் வரட்டுமா?"

"வேணாம். தேவையில்லை. நான் பார்த்துக்கறேன்."

"சரி" என்று விசுவம் போனை வைத்தவுடன்

டெலிபோன் அடிக்க

"ஹலோ!" என்றான்.

"நான் திலக் பேசறேன்."

"என்ன?"

"நாலு நாள் டைம் கொடுத்தேன். ஒரு நாள் ஆச்சி. இன்னும் மூணுநாள் இருக்குன்னு நினைவுபடுத்தறதுக்காகக் கூப்பிட்டேன்."

"திலக், உங்களுக்கு இரக்கம் இல்லையா?"

"அவுட் ஆஃப் ஸ்டாக் சார்! பணம் ஏற்பாடு பண்ண எந்த ஏற்பாடும் பண்ற மாதிரி தெரியலையே?"

"செஞ்சிக்கிட்டிருக்கேன் திலக்"

"போனை வைக்கிறதுக்கு முன் ஒண்ணு சொல்றேன் நான் சொன்ன சொல் தவறாதவன். தசரதன் மாதிரி. மூணு நாள் முடிஞ்ச உடனே வருவேன். பணத்தோட இருங்க. மிஸ்டர் பரத் எந்த அளவு உங்களைக் காப்பாத்தறார்ன்னு நான் பார்க்கறேன்?"

தொடர்பு அறுந்தது.

“என் இறைவனே! நான் பரத் உதவியை நாடினது இவனுக்கு எப்படித் தெரியும்?”

உடனே பரத்துக்கு போன் செய்து ஒப்புவித்தான்.

“இன்னும் மூன்று நாள் இருக்கே. டோண்ட் ஒரி. உலகத்தையே சுத்தி வந்து பயணக் கட்டுரை எழுதலாம். திலக் ஒரு குலைக்கிற நாய்ன்னு நினைக்கிறேன். கடிக்காது. கவலைப்படாதீங்க விசுவம்” என்றான் பரத்.

“நீங்க தீவிரமா ஏதாச்சும் செய்ங்க பரத்! எனக்கென்னமோ பயமா இருக்கு” என்று டெலிபோனை வைத்தான் விசுவம்.

மறுபடி பேப்பரைக் கையில் எடுத்தபோது வாசல் பஸ்ஸர் ஒலித்தது. கதவைத் திறந்தான்.

நடராஜன்!

“உள்ளே வாங்க. என்ன ஆச்சு? கிடைச்சாளா அந்தப் பொண்ணு?”

“கிடைச்சிருந்தா இங்கே ஏன் வர்றேன்?”

“நான் இப்போ என்ன செய்யணும்?”

“நான் விசாரிக்காத ஆளில்லை. பம்பாய்க்கு அந்த சேட்டுக்கும் லெட்டர் எழுதிப் போட்டிருக்கேன். இப்ப அடுத்தவழி போலீஸ்ல கம்ப்ளைண்ட் பண்றதுதான். இனிமேயும் லேட் பண்றது சரியில்லை. அந்தப் பொண்ணுக்கு எல்லாமே நான்தான்.”

“நடராஜன், உட்காருங்க நான் சொல்றதைக் கேளுங்க. போலீஸ்ல எப்படி எழுதிக் கொடுப்பீங்க? இன்ன தொழில் செய்றவ, காணாமப் போன அன்னிக்கு இவரோட போயிருந்தா இப்படியெல்லாம் எழுத முடியுமா? முடியாது. ரெண்டாவது போலீஸ் இந்த விஷயங்கள்ல அத்தனை அக்கறை எடுக்காது. அதனாலே, பிரைவேட்டா விசாரிக்க எனக்குத் தெரிஞ்ச ஒரு லாயர் இருக்காரு. அவரை ஏற்பாடு பண்ணட்டுமா? விஷயமும்

வெளியே தெரியாது. காரியமும் நடக்கும். பிரச்னையும் இல்லை. என்ன சொல்றீங்க?"

"நீங்க அனுபவம் உள்ளவங்க. சொல்றீங்க. ஏதாச்சும் ஒரு வழியிலே எறங்கித்தானே ஆகணும். சரிங்க" என்றார் நடராஜன்.

விசுவம் எழுந்து பரத்தின் எண்ணை டெலிபோனில் சுற்றினான்.

ஹைதராபாத்திலிருந்து வந்திருக்கும் தன் சித்தப்பாவுடன் கேரம் விளையாடிக் கொண்டிருந்த பழனியைப் பாதி ஆட்டத்தில் எழுப்பினார் ஹரிஹரன்.

"ஒண்ணும் பயப்படாதே. இப்படி வா. நான் கேட்கிறதுக்குப் பதில் சொல்லு சும்மா ஒரு விசாரணைக்காக" என்றார்.

"நல்லா யோசி. நீ கூட 'காருக்குள்ளே முயல்குட்டி தொங்குதுடா'ன்னு இன்னொரு பையன்கிட்டே சொன்னியாம்?"

"ஆமாம். ஆமாம்" என்றான் அவன் உற்சாகமாய்.

"இப்ப நல்லா ஞாபகம் வந்துடுச்சா?"

"வந்துடிச்சி சார். இந்த திருப்பதிகிட்டே தான் சொன்னேன். சொன்னேனில்லையா?"

"ஆமாம் சார், சொன்னான்."

"அந்த ஆள் மூஞ்சி எப்படி இருந்திச்சு?"

"அழகா இருந்தாரு."

"சரி, காருக்குள்ள வேற யாரு இருந்தா?"

"வேற யாருமே இல்லை பார்சலைப் பின் சீட்டில்தான் வச்சேன்."

"என்ன கார் அது?"

"அம்பாஸ்ட்டரு."

"என்ன கலர் ஞாபகமிருக்கா?"

"இருங்க, சொல்றேன். வந்து... வந்து..." கண்ணை மூடி யோசித்தான் பழனி.

“கறுப்பு கலர் சார்.”

“நம்பர் பாத்தியா?”

“பார்க்கலை. நான் எதுக்குப் பார்க்கறேன் அதை எல்லாம்?”

“காருக்குள்ளே என்ன என்ன பார்த்தே?”

“எங்க பார்சலைத் தவிர இன்னும் ரெண்டு, மூணு அட்டைப் பெட்டி ஜவுளி இருந்துச்சு.”

“வேற ஏதாச்சும் ஞாபகம் இருக்கா காரைப் பத்தி? எதாச்சும் சாமிப் படம் இருந்திச்சா? வெளிக் கண்ணாடில எதாச்சும் ஒட்டியிருந்திச்சா?”

“அதெல்லாம் கவனிக்கலை சார்.”

“சரி உனக்கு எதாச்சும் காசு கொடுத்தாரா?”

தயங்கினான்.

“சும்மா சொல்லு.”

மேலும் தயங்கினான்.

“சும்மா சொல்லு.”

“அவர் ரெண்டு ரூபா கொடுத்தார். வழக்கமா யாரும் அம்பது பைசாவுக்கு மேலே தரமாட்டாங்க.”

கிட்டத்தட்டக் கேட்க வேண்டிய எல்லாக் கேள்விகளும் கேட்டாயிற்று என நினைத்தார் ஹரிஹரன். அவன் எப்படி இருந்தான் என்று வர்ணிக்கச் சொன்னார். வெள்ளையப்பன் சொன்ன அடையாளங்களையே சொன்னான். ஹரிஹரன் எழுந்தார்.

“பழனி, நான் தேவைப்பட்டா மறுபடி உன்னைக் கடையில பார்க்கிறேன்” என்று புறப்பட்டவர் நின்றார்.

“இதைக் கேக்கலையே, நீ அவரோட ஏதாச்சும் பேசினியா?”

“ம். ‘சினிமா ஸ்டார் மாதிரி இருக்கிங்க சார்’ன்னேன். சிரிச்சார். ‘எங்கே இருக்கிங்க சார்?’ன்னேன். அசோக் நகர்லன்னாரு.”

ஹரிஹரன் கிட்டதட்டப் பாய்ந்து பழனியைக் கட்டிப் பிடித்தார்.

✯ ✯ ✯

அத்தியாயம்

19

இ.பி.கோ. - 442: ஒரு வீட்டிற்குள் அத்து மீறி நுழைதல்.

தண்டனை: 448படி ஒரு வருடம் சிறை அல்லது ஆயிரம் ரூபாய் வரை அபராதம் அல்லது இரண்டும்.

சாப்பாட்டு கேரியர்கள் மிக பிஸியாய் கடமையாற்றும் மத்தியானம், ஹோட்டல்களில் ஒவ்வொரு நாற்காலிக்கும், நபர் கை கழுவ எழுந்தவுடன் பாய்வதற்குத் தயாராய் மூன்று பேர்கள் நின்றார்கள். காலைச் சினிமா காட்சி முடித்த மக்கள் கசகசத்து வெளியேறினார்கள்.

பிஃயட்டை பரத் டிரைவ் செய்தான். பக்கத்தில் சுசீலா. பின் சீட்டில் நடராஜன்.

“கீதாவைக் கண்டுபிடிச்சிடுவீங்களா சார்?” என்றார் நடராஜன்.

“நிச்சயமா. உங்க முழு ஒத்துழைப்பு இருந்தா சீக்கிரம் கண்டுபிடிச்சுடலாம்.”

“நான் என்ன செய்யணும்?”

“என்கிட்டே எதையும் மறைக்கக் கூடாது.”

“நான் எதை மறைச்சேன்? விசுவம் சார் என்னை உங்ககிட்டே அனுப்பினார். வந்தவுடனே கடகடன்னு இன்னது நடந்ததுன்னு எல்லாம் சொன்னேனே?”

“சொன்னீங்க நடராஜன், கீதாவைப் பத்தின விவரங்கள் எல்லாம் எனக்கு நிறைய வேணும். சின்னச் சின்னதாக் கேள்வி கேட்பேன். மறைக்காம பதில் சொல்லணும்?”

“சரிங்க.”

“அவ மேல உங்களுக்குக் காதலா?”

“அட! நீங்க ஒண்ணு. இந்தத் தொழில்ல காதலாவது, ஒண்ணாவது? நயமான சரக்கு. மூணு நாளா பிஸ்னஸ் போச்சேன்னு எனக்குக் கவலை. ரெண்டாவது நான்தான் அதுக்கு கார்டியன் மாதிரி. கொஞ்ச வருஷம் கழிச்சு அவளைக் கல்யாணம் பண்ணிக்கலாம்னு ஓர் எண்ணம் இருந்திச்சு.”

“பார்த்தீங்களா, காதல் இல்லைன்னிங்களே?”

“அட! காதல் இல்லைதான் சார். கொஞ்சம் நகை, பணம் சேர்த்துட்டா அப்புறம் பண்ணிக்கலாம்னு பார்த்தேன். கே.கே.

நகருக்கு ரைட்ல திரும்பணும் சார். நீங்க பாட்டுக்கு நேராப் போறீங்களே?"

பரத் பிரேக் போட்டு, ரிவர்ஸ் போட்டு, திருப்பி ஓட்டினான்.

"கே.கே. நகர் வந்ததில்லை நான்."

சுசீலா காரின் டேப்ரிக்கார்டரை ஆன் செய்து இவர்களின் பேச்சில் கலந்து கொள்ளாமல் பாட்டுக் கேட்டுக் கொண்டே வந்தாள்.

நடராஜன் சிகரெட் ஒன்றைக் கொளுத்திக் கொண்டு நிமிர்ந்து, "இன்னும் போகணும் இது சி.பி.டபிள்யு.டி. குவார்ட்டர்ஸ், நேரா, நேராப் போங்க" என்றார்.

"நாம் போக வேண்டியது?"

"குமரேஷ் காலனி."

"கீதாவோட வீட்டுச் சாவி?"

"என்கிட்டே ஒண்ணு இருக்கு சார்."

குமரேஷ் காலனி நிசப்த காலனியாய் இருந்தது. கார் இஞ்சின் அணைந்ததும் சுற்றுப்புறத்தில் வேறு சப்தங்களே கேட்கவில்லை. மிக தூரத்தில் ஒரு ஸ்கூட்டர் புறப்படுகிற சப்தமும், அதற்கும் தூரத்தில் டொப், டொப் என்று துணி துவைக்கும் சப்தமும் மட்டும் கேட்டன.

மூவரும் இறங்கினார்கள், நடராஜன் முன்னே செல்ல இவர்கள் தொடர்ந்தார்கள். காலனியின் கடைசியாய் அமைந்திருந்த அந்த வீட்டின் முன் கட்டைச் சுவரில் '47' என்று வீட்டு எண்.

"இவ்வளவு பெரிய வீட்டிலேயா இருக்கா?"

"இல்லை சார். மாடிப் போர்ஷன்ல மட்டும். இதோ தனியா வெளிப்புறத்திலே படி இருக்கு பாருங்க. இதான் மாடிக்கு வழி. வாங்க" என்று படிகளில் ஏறினார் நடராஜன். தொடர்ந்தார்கள்.

"சௌகரியம்தான்" என்றான் பரத்.

"என்ன சௌகரியம்?" என்றாள் சுசீலா.

"தொழிலுக்குச் சௌகரியம்?"

"சேச்சே! இங்கே கிடையாது சார்" என்றார் நடராஜன். "இங்கே சுற்றுப் புறத்திலே யாரை வேணும்னாலும் விசாரிங்க. கீதா ஒரு பத்தினி தெய்வம்னு சூடம் கொளுத்தி சத்தியம் பண்ணுவாங்க!" என்று தன் மடியிலிருந்து சாவியை எடுத்துப் பூட்டில் பொறுத்தினார்.

உள்ளே நுழைந்தார்கள்.

தரை முழுக்கத் தூசுப் போர்வை. சலவையாக மூன்று நாள் தினசரிகள் வாசல் அருகில் கிடந்தன. சின்ன ஹால் நவீனமாய் இருந்தது. டெலிபோன் மேல் நம்பர் எழுதலாம் போல தூசி. மேசை, நாற்காலிகள் எங்கும் திறந்திருந்த ஜன்னல் கதவின் காரணமாக மண்.

"நடராஜன், நீங்க அப்படி உட்காருங்க. நான் தனியாப் பார்க்கறேன். சுசீலா, நீ என்கூட வா."

நடராஜன் கைக்குட்டையினால் சோபாவைத் தட்டிவிட்டு, "நல்லா, தாராளமாப் பாருங்க" என்று பழைய சினிமா இதழ் ஒன்றைக் கையில் எடுத்துக் கொண்டார்.

கீதாவின் படுக்கை அறைக்குள் பரத்தும் சுசீலாவும் நுழைந்தார்கள்.

▲ ▲ ▲

ஹரிஹரன் தன் அலுவலக அறையில் பார்க்க வேண்டிய ஃபைல்களை எல்லாம் தூக்கிக் கீழே வைத்து விட்டு ஒரு பேப்பரில் கவனமாக எழுதிக் கொண்டிருந்தார்.

'இளைஞன், முப்பதுக்குள் வயசு இருக்கலாம். சிகப்பு நிறம் உயரம் 5.2 அல்லது 5.3 இடுப்பு சைஸ் இவ்வளவு இடுப்பிலிருந்து பாதம் வரை உயரம் இவ்வளவு, பனியன் சைஸ் தொண்ணூறு செ.மீ. மீசை வைத்திருப்பான். நாகரிகமாக இருப்பான். தலைமுடி வைத்திருப்பான். அம்பாஸிடர் கார் வைத்திருக்கிறான். கறுப்பு

நிறக் கார். காரில் முயல் குட்டி தொங்கும். இதையெல்லாம் விட முக்கியம் அவன் அசோக் நகரில் வசிக்கிறான்.'

பேனாவை மூடினார் ஹரிஹரன்.

பாண்ட்டில் இருந்த விலை அட்டையின் உதவியால் இத்தனை விவரங்கள் கிடைத்திருக்கின்றன. 'அந்த பழனி எங்கே சார் இருக்கீங்க?' என்று கேட்டது மிக யதார்த்தமான சந்தர்ப்பம். திட்டமிடுகிற கொலைகாரன் என்றாலும் அந்த மாதிரி ஒரு யதார்த்த சூழ்நிலையில் பொய் வராது. ஆக, அசோக் நகர் என்பது உண்மை. சென்னை என்கிற மாபெரும் வட்டத்திலிருந்து அசோக் நகர் என்று வட்டம் சின்னதாகியிருக்கிறது.

டிராஃபிக் டிபார்ட்மெண்ட்டை அழைத்து கார் பற்றின விவரங்களைச் சொன்னார். முயல்குட்டி தொங்குகிற கறுப்பு அம்பாசிடர்களை ஃபாலோ செய்து, நம்பர், வீட்டு விலாசம் தெரிவிக்கச் சொன்னார்.

கோடம்பாக்கம் போலீஸ் ஸ்டேஷனை அழைத்தார்.

அந்த இன்ஸ்பெக்டர் டெபுடி கமிஷனர் தன்னோடு நேரடியாய்ப் போனில் பேசுவதை எதிர்பார்க்கவில்லை. மூன்று முறை குட்மார்னிங் சொன்னார்.

"நியூ ஆவடி ரோட் பெண் கொலை வழக்கு சம்பந்தமா நீங்க தீவிரமாச் செயல்படணும். குற்றவாளியா நான் தீர்மானத்துக்கு வந்துட்ட நபர் அசோக் நகர்ல இருக்கான். நான் அடையாளங்களைச் சொல்கிறேன்" என்று தான் எழுதி வைத்திருந்ததை அப்படியே படித்தார்.

"மஃப்டியிலே ஆட்களை அனுப்புங்க. அசோக் நகர் முழுக்க அலசுங்க. கறுப்பு கார் யார், யார் வச்சிருக்காங்கன்னு தெரியணும். ஒவ்வொரு பங்களாவாக் கண்காணிங்க, ஆர்.டி.ஓ. ஆஃபீஸ் கூப்பிட்டு அசோக் நகர்ல கறுப்பு கலர் அம்பாஸ்டர் வச்சிருக்கிறவங்க அட்ரஸ் பூராத் தயார் பண்ணச் சொல்லப் போறேன். உங்களுக்கு காப்பி வரும். உதவியா இருக்கும். அது

பாட்டுக்கு வரட்டும். நீங்க இந்த நிமிஷமே விவரங்கள் சேகரிக்க ஆரம்பிங்க ரெண்டு நாளைக்குள்ளே எனக்கு அவன் விலாசம் வேணும்."

"ரைட் சார். நிச்சயமா சார்" என்றார். அந்த இன்ஸ்பெக்டர்.

"குட்" என்று ரிசீவரை வைத்துவிட்டு ஆர்.டி.ஓ. ஆஃபீசுக்கு போன் செய்து லிஸ்ட் தயார் செய்யச் சொல்லி விட்டு, சிகரெட்டைப் புகைக்கத் துவங்கினார்.

"மை டியர் மர்டரர், உனக்கும் எனக்கும், தூரம் குறைகிறது. போலீசின் சக்தியை உணரவில்லை நீ. பொறு, விலங்கோடு வருகிறேன்."

சுமார் அரை மணி நேரம் கீதாவின் படுக்கை அறையில் உருப்படியாக ஏதும் கிடைக்கவில்லை. தலையணைக்கு அடியில் டைகர்பாம். குப்பைத் தொட்டியில் 'ஃபேமாப்லின்' என்கிற மாத்திரை அட்டைகள்.

"சுசீலா, இது என்ன மாத்திரைன்னு உனக்கு அப்புறம் சொல்றேன்."

சின்ன எழுதும் மேசை இருந்தது. மேசை மேல் கண்ணாடி கண்ணாடிக்கு அடியில் விதவிதமாய் கீதா, பைஜாமாவில், மினி ஸ்கர்ட்டில், சேலையில், மிடியில், பாண்ட்டில். கண்ணாடியை உயர்த்தி ஒரே ஒரு கீதாவை எடுத்துக் கொண்டான் பரத்.

"செக்ஸ் ஃபிகர்!"

"உடம்பு எப்படி இருக்கு!" என்று வியந்தாள் சுசீலா.

"செத்துட்டா சுசீ இவ! நீ ஏன் பொறாமைப்படறே?" என்று போட்டோவைத் திருப்பிப் பார்த்தான் பரத் எதுவும் எழுதப்படவில்லை. போட்டோவை பாக்கெட்டுக்குள் வைத்துக் கொண்டு டிராயரைப் பார்த்தான் ஒரு சின்னப் பூட்டுப் போட்டிருந்தது.

"நடராஜன்!" என்று அங்கிருந்தே அழைக்க அவர் ப்ளோ அப் மாயாவை மடக்கிக் கையில் வைத்துக் கொண்டு வந்து, "என்ன சார்?" என்றார்.

"ஒரே ஒரு போட்டோ எடுத்துக்கிட்டேன் இதிலேர்ந்து இந்த டிராயருக்குள்ளே எனக்குத் தேவையான தகவல்கள் எதாச்சும் இருக்கலாம் பூட்டியிருக்கு திறக்கணும்."

"அவ்வளவுதானே?" என்று மர அலமாரியைத் திறந்து ஒன்றாவது தட்டில் பிளாஸ்டிக் வளையல்கள் இருந்த ஒரு டப்பாவை எடுத்து வந்து அதிலிருந்து சாவி எடுத்துத் தந்தார் நடராஜன்.

பரத் திறந்தான். உள்ளே அடைசலாய் பொருட்கள். தூக்கி எறிய வேண்டிய குப்பைகள் நிறைய இருந்தன. அறுபது, எழுபது கடிதங்கள் ஒரு கவருக்குள் இருந்தன. அதை அப்படியே எடுத்துக் கொண்டான்.

"இன்னொருத்தங்க லெட்டர்ஸ்ங்கறது பர்சனல்தான். ஆனா இதிலே நமக்கு விஷயம் கிடைக்கலாம். நான் வீட்டுக்கு எடுத்துக்கிட்டுப் போயி நிதானமாப் படிச்சிட்டுத் திருப்பித் தர்றேன்."

"சரி சார்" என்றார் நடராஜன்.

அப்புறம் மர அலமாரி, ஒரு சின்ன சைஸ் காட்ரேஜ் அலமாரி எல்லாம் தேடியும் வேறு சிந்தனையைக் கவரும் படியான பொருள்கள் கிடைக்கவில்லை.

"நாம போகலாம் நடராஜன்" என்றான் பரத்.

வீட்டைப் பூட்டிக் கொண்டு காரில் ஏறினார்கள்.

இரவின் துவக்க நேரம்.

எழும்பூர்.

இராமேசுவரம் எக்ஸ்பிரஸ் புறப்படத் தயாராய் இருந்தது. கையில் ரயில் டிக்கட்டோடு பரத், சுசீலா கம்பார்ட்மெண்ட்டில் தேடினார்கள்.

ரயில் புறப்படும் வரை அந்த டிக்கெட்டில் எழுதியிருந்த இருக்கை எண்ணில் யாரும் வந்து அமரவில்லை.

ரயில் புறப்பட்டுச் சென்றது.

பரத், சுசீலா வீட்டுக்கு வந்தார்கள்.

“தோள்லேர்ந்து கையை எடு சுசி இந்தா நீ பாதிக் கடிதங்கள் படி. நான் பாதி படிக்கிறேன். என் கோணம் உனக்குத் தெரியும். இந்தக் கொலைக்குத் தொடர்பு உடையதா எதாச்சும் கடிதம் உனக்கு எண்ணத்தை ஏற்படுத்தினா சொல்லு” என்றான் பரத்,

கீதாவின் டிராயரிலிருந்து கொண்டு வந்த கடிதங்களைப் பாதி பிரித்து அவளிடம் தந்துவிட்டு முதல் கடிதத்தை எடுத்தான்.

“கீதுக்குட்டி, ஏழாம் தேதி கொடைக்கானல் போகிறோம் தயாராய் இரு.”

இதே போல ஏழெட்டுக் கடிதங்கள்.

பத்து நிமிடங்களுக்குப் பிறகு...

“பரத், இந்தக் கடிதத்தைப் பாருங்க” என்றாள் சுசீலா.

✲ ✲ ✲

அத்தியாயம் 20

இ.பி.கோ. - 494: கணவன் அல்லது மனைவி ஒருவர் உயிரோடு இருக்கும்போது மற்றவர் மற்றொரு திருமணம் செய்து கொள்ளுதல்.

தண்டனை: ஏழு வருடம் சிறை மற்றும் அபராதம்.

சுசீலாவிடமிருந்து கடிதத்தை வாங்கி அவசரமாகப் படித்தான் பரத்.

'அன்புள்ள உஷாராணிக்கு;

உன் அம்மா எழுதியது. நீ அனுப்பின முன்னூறு ரூபாய் பணம்வந்து சேர்ந்தது. சௌக்யமாக இருக்கிறாயா? இந்தப் புருஷன் உன்னை நன்றாக வைத்துக் கொண்டிருக்கிறாரா? வேலை செய்வதாக எழுதியிருந்தாய். என்ன வேலை செய்கிறாய்?' உன் பழைய புருஷன் வேதாச்சலம் உன்னை எங்கு கண்டாலும் கண்டம் கண்டமாய் வெட்டிப் போடப் போவதாக இன்னும் சொல்லிக் கொண்டு அலைகிறான். மன நிம்மதியோடு நீ வாழ அருள் புரியட்டும் உன் அம்மா'

என்றிருந்த கடிதத்தில் அனுப்புவோர் விலாசம் இருந்தது.

'காமாட்சி அம்மாள், 17, பி, சுப்பிரமணி நகர், விழுப்புரம்.'

வாவ் என்றான் பரத். "நான் கூட இந்தக் கொலை விசுவம் மேலே பழி சுமத்தணும்ங்கற நோக்கத்தினால் செய்யப்பட்ட கொலைன்னு நினைச்சிக்கிட்டிருந்தேன். ஆனால் அந்தப் பழைய புருஷன் கொலைகாரனா இருக்கிறதுக்கு எக்கச்சக்க சான்ஸ் இருக்கு சுசீ"

நகத்தைக் கடித்துக் கொண்டே, "இப்ப உங்க பிளான் என்ன?" என்றாள்.

"விழுப்புரம் உடனே நாம கிளம்புறோம்."

"ஏன் பரத், நியூ ஆவடி ரோட்ல சிதைந்த பிணம் கிடைச்சதிலேர்ந்து போலீஸ் என்ன என்ன நடவடிக்கைகள் எடுத்திருக்கு? அவங்க கோணம் என்ன? இதெல்லாம் தெரிஞ்சுக்க நீங்க அக்கறை காட்டவே இல்லையே?"

“அப்படியா சுசீலாராணி? தாங்கள் கேள்வி கேளுங்கள்! அடியேன் பதில் சொல்கிறேன்.”

“இந்த கேஸைப் பார்க்கிறது யார்?”

“டெபுடி கமிஷனர் ஹரிஹரனே நேரடியா இறங்கியிருக்கார்.”

“அவர் அபிப்பிராயம் என்ன?”

“அது கற்பழித்துக் கொலைங்கிறதை நம்பலை. எல்லாம் செட்டப்ங்கிறது எப்பவோ முடிவுக்கு வந்துட்ட விஷயம்.”

“அவங்களுக்கு லீட் என்ன?”

“கீதாவோட பிணத்துக்கு அணிவிச்சிருந்த பாண்ட்ல இருந்த விலைச்சீட்டு. அதை வச்சித் துப்புத் துலக்கத் தீவிரமா இறங்கிட்டார். அவரோட அடுத்த நடவடிக்கை இன்னிக்கு எனக்குத் தகவல் வந்திடும் சுசீ!”

“கிரேட் பரத்! எப்படி இவ்வளவு தகவல்கள்?”

“போலீஸ் துறையில் நண்பர்கள் இருக்கிறார்கள். நியாயமாகப் பார்க்கப் போனா இன்வெஸ்டிகேஷன் நடந்துக்கிட்டிருக்கிறப்போ - இந்தத் தகவல்கள் வெளிய வரவே கூடாது. ஆனா என் மேல உள்ள நம்பிக்கையினாலும் நியூஸ் வருது.”

அந்தக் கடிதத்தை எடுத்து மறுபடி படித்தாள் சுசீலா.

“இதிலே உஷாராணின்னு போட்டிருக்கே?”

“வெளியிலே அட்ரஸ் எழுதற பகுதியிலே கீதான்னு போட்டிருக்கு பாரு. பேரை மாத்திக்கிட்டா, எனக்கு உண்மைக் கதை கொஞ்சம் தெளிவாகுது. தன் புருஷனை விட்டுட்டு இன்னொருத்தனோட ஓடி வந்திருக்கா உஷாராணி. அவனும் இவளை விட்டுட்டுப் போய்ட்டான். அப்பறம் இவ பல தடவை வழுக்கி, சமுதாயம்தான் காரணம்னு சுட்டு விரலை உயர்த்தி இந்தத் தொழிலுக்கு வந்து பேரை மாத்திக்கிட்டா - இது உண்மைக் கதை. இப்போ இந்தக் கொலை பற்றின நம்ம கற்பனைக் கதை என்னன்னா. தன்னை விட்டு ஓடின தன் மனைவி மெட்ராஸ்ல இருக்கிறதாக் கேள்விப்பட்டிருக்கலாம்.

இவ புருஷன், மெட்ராஸ் வந்து அலைஞ்சிருக்கலாம். இவன் கண்ல அவ பட்டிருக்கா, எப்படி? காரில பக்கத்திலே விசுவத்தோட. உடனே வெறியோட தொடர்ந்திருக்கான். விசுவம் சொன்ன மாதிரி பங்களாவுக்குள்ளே நுழைஞ்சி, அறை வாசல்ல காத்திருந்து, அவன் எழுந்திரிச்சி பாத்ரூம் போனதும் பாய்ஞ்சி, வாயைப் பொத்திக் கொலை செஞ்சிட்டு ஓடித் தப்பிச்சிட்டான், இந்தக் கற்பனையை உண்மைன்னு சொல்ல நமக்கு ஆதாரம் வேணும். அது விழுப்புரத்திலே நமக்குக் கிடைக்கலாம்."

பரத் எழுந்து காட்ரேஜ் அலமாரியைத் திறந்து சின்ன சூட்கேசை வெளியே எடுத்தான். ஒரு செட் டிரெஸ் எடுத்து வைத்துக் கொண்டான். மணிபர்சில் பணம் எடுத்து வைத்தபோது டெலிபோன்!

"ஹலோ நான்தான் பரத் பேசறேன். குட் ஆஃப்டர்நூன், ஏதோ இருக்கேன், என்ன விசேஷம் சொல்லு. நீதான் சொல்லணும். நியூ ஆவடி ரோட் கொலை வழக்கிலே ஏதேனும் புதுத் தகவல்கள் உண்டா? அப்படியா? வெரிகுட், இவ்வளவு கிட்டக்க வந்தாச்சா? நீங்க கில்லாடிங்கப்பா...! சரி, சரி... வச்சுடட்டுமா?" வைத்தான்!

தாடையைத் தடவிக் கொண்டு யோசனையில் ஆழ்ந்தான் பரத்.

"என்ன பரத்?"

"விசுவத்தை ரொம்ப நெருங்கிடிச்சி போலீஸ். அசோக் நகர்னு கண்டு பிடிச்சாச்சு. காரோட நம்பர் மட்டும் தெரியலையாம், கலர், அடையாளம் தெரியுமாம். அதை வச்சி அசோக்நகர் முழுக்க அலச ஆரம்பிச்சிட்டாங்களாம். விசுவத்தை அடையாளம் காட்ட ரெண்டு பேர் தயாரா இருக்காங்களாம்."

"அய்யய்யோ! மாட்டிடுவாரோ?"

"ஆரம்பத்திலேயே போலீஸ்கிட்டே போகாதது எப்படித் தவறோ அதே மாதிரி இந்த நிலைமையிலே போலீஸ்கிட்டே மாட்டறதும் பெரிய தவறு சுசி. இந்த நிமிஷம் விசுவம் மேல கேஸ் போட ஏராளமா

ஆதாரங்கள் சாட்சிகள் இருக்கு. அவங்ககிட்டே அதையெல்லாம் விட்டு வேற ஒரு ஆள்னு நிரூபிக்க இந்த நிமிஷம் நம்மகிட்டே எந்த ஆதாரமும் இல்லை. இப்போ விசுவம் மாட்டினா அப்புறம் அவனை விடுவிக்கிறது மகா சிரமம். நீதி எல்லாம் கோர்ட்டிலே எப்பவாவது தான் பிழைக்கும், ஒரு வக்கீலோட கடமை தன் கட்சிக்காரனைக் காப்பத்தறது அவள் கொலையே செஞ்சிருந்தாலும் விசுவம் விஷயத்திலே இவன் கொலை செய்யலை. அவனைக் காப்பாத்தறது என் கடமை எத்தனை நம்பிக்கையா என்கிட்டே தன் உயிரையே ஒப்படைச்சிருக்கான்?"

பரத் உடன் டெலிபோனை எடுத்து விசுவத்தை அழைத்தான்.

"ஹலோ, விசுவம் பேசறேன்."

"நான் பரத், பக்கத்திலே யாருமே இல்லையே?"

"யாரும் இல்லை."

"நடராஜனோட கீதா வீட்டுக்குப் போனோம். ஒரு சின்ன ஆதாரம் கிடைச்சிருக்கு. அதை வச்சி ஒரு மாதிரி கொலைகாரனைப் பிடிச்சிடலாம்ங்கற நம்பிக்கை இருக்கு. உங்க காரை எடுத்துக்கிட்டு விழுப்புரம் வரைக்கும் போறேன் விசுவம்."

"தாராளமாப் போங்க பரத்."

"நான் உங்களைப் பயமுறுத்தறதா எடுத்துக்காதீங்க போலீஸ் உங்களை நெருங்கிக்கிட்டிருக்கு. நான் சொல்ற மாதிரியெல்லாம் நடந்துக்கங்க. நான் திரும்பி வர்ற வரைக்குமாவது நீங்க போலீஸ்ல மாட்டிடக் கூடாதுங்கிறதிலே நான் தீவிரமா இருக்கேன் விசுவம்."

"அத்தனை தூரம் நெருங்கிட்டாங்களா? ஐயோ, ஒரு பக்கம் போலீஸ். ஒரு பக்கம் திலக் பேசாமத் தற்கொலை பண்ணிக்கப் போறேன் பரத்?"

"மடத்தனமா உளறாதீங்க. நீங்க என்ன தப்பு செஞ்சிங்க தற்கொலை பண்ணிக்க? நிச்சயமா நான் உங்களை எல்லா சிக்கல்லேர்ந்தும் விடுவிக்கிறேன். என்னை நம்புங்க, விசுவம்."

"நம்புகிறேன் பரத். சொல்லுங்க நான் என்ன செய்யணும்?"

"உங்களை நீங்களே சிறை வச்சிக்கணும் எந்தக் காரணத்தைக் கொண்டும் வெளியே எங்கயும் போக வேணாம்."

"எங்கயும் போகலை பரத்."

"உங்க காரை எந்தக் காரணத்தைக் கொண்டும் வெளியே எடுக்காதீங்க. காரேஜ்ல வச்சி பூட்டிச் சாவியை பைக்குள்ளே வச்சிக்கங்க, உங்க காரிலே நம்பர் பிளேட்டைத் தவிர, வேற என்ன என்ன அடையாளங்கள், சொல்லுங்க?"

"கறுப்பு கலர், 78 - மாடல் டேப் ரிக்கார்டர் வச்சிருக்கேன்."

"வெளியிலே கண்ணாடியிலே எதுவும் ஸ்டிக்கர் ஒட்டியிருக்குமா?"

"கிடையாது."

"கண்ணாடிகிட்டே ஏதோ தொங்கின மாதிரி நினைவு."

"ஆமாம். ஒரு முயல்குட்டி பொம்மை தொங்கும்."

"அது வேண்டாம், எடுத்துடுங்க. சின்னச் சின்னதா எதாச்சும் மாற்றங்கள் செய்ய முடிஞ்சா செய்யுங்க. உங்க கார் தான் இப்போதைக்கு உங்களைக் காட்டிக் கொடுக்கிற எமன். எங்கே ரிஜிஸ்டர் ஆனது?"

"கோயமுத்தூர்ல."

"இது நமக்கு ஒரு ப்ளஸ் பாய்ண்ட். சரி, வச்சிடட்டுமா? விழுப்புரம் போய்ட்டு வந்து பேசறேன்" என்று போனை வைத்தான் பரத். உடனே எடுத்தான்.

"ஹலோ, வச்சிட்டிங்களா?"

"இன்னும் இல்லை. சொல்லுங்க பரத்."

"உங்க கூட இருக்காரே மணி அவரு யாரு? அவரை வெளியே அனுப்பி ஏதாவது தேவைன்னா வாங்கிட்டு வரச் சொல்லுங்க. நீங்க போக வேணாம் வெளிலே. வச்சிடுங்க."

பரத் சிகரெட் எடுத்துக் கொண்டான். சுசீலா தன் உடை ஒரு செட்டை எடுத்து சூட்கேசில் வைப்பதைப் பார்த்தான்.

"நீ எங்கே வர்றே? நான் மட்டும் போய்ட்டு வந்துடறேன். தேவைப்பட்டாதான் தங்குவேன். இல்லைன்னா ராத்திரியே திரும்பிடுவேன்."

"கார்லதானே போறோம்? எனக்கு இங்கே போரடிக்கும்."

"சரி, வா, ஒரு கண்டிஷன். காரோட்டறப்போ எனக்குக் களைப்பு ஏற்படறப்பெல்லாம் முத்தம்..."

"சரி" என்றாள்.

"இப்பகூடக் களைப்பாதான் இருக்கு?"

"ம். அது காரோட்டறப்பதான்!"

வீட்டைப் பூட்டிக் கொண்டு, ஃபியட்டைக் கிளப்பி, பெட்ரோல் நிறைத்துக் கொண்டு விழுப்புரம் நோக்கிச் சீறினார்கள்.

"பரத், திலக்கை எப்படிச் சமாளிக்கப் போறீங்க?"

"இன்னும் யோசிக்கலை சுசி. இன்னும் மூணு நாள் டயமிருக்கே? அவனைச் சமாளிக்கிறது எனக்கென்னவோ பெரிய கஷ்டமாத் தோணலை. என்ன ப்ளாக் மெய்லர் அவன்!"

"எவனாச்சும் நாலு நாள் டயம் கொடுப்பானா?"

"பணம் புரட்ட வேணாமா?"

"எத்தனை சீரியஸான விஷயம் கொலைங்கிறது? விசுவம் காசுள்ள பிள்ளை. இருபத்து நாலு மணி நேரத்திலே கறக்கப் பார்க்க வேணாமா? திலக் கொஞ்சம் பயந்தவன்னு தெரியுது. அவனை வந்து கவனிக்கலாம். சுசி, இப்போ கார் ஓட்டிக்கிட்டிருக்கேனில்லே"

"ஆமாம்."

"இப்பக் களைப்பா இருக்கு."

சுசி உதடுகளைக் குவித்துக் கொண்டு அவன் முகத்தை நெருங்கினாள்.

ஹரிஹரன் டெலிபோனில் கோடம்பாக்கம் இன்ஸ்பெக்டரை அழைத்தார்.

"குட் ஈவினிங் சார், உங்க தகவல்படி அசோக்நகர் பூராத் தீவிரமாத் தேடிக்கிட்டிருக்கோம் சார் காரை."

"பத்தாது இன்ஸ்பெக்டர். நீங்களே நேரா காரியத்திலே இறங்குங்க. ஆர்.டி.ஓ. ஆஃபிஸ்லேர்ந்து லிஸ்ட் ஆஃப் அட்ரஸ் வந்திச்சா?"

"வந்திச்சி, ஒவ்வொன்றையும் செக் பண்ண ஆரம்பிச்சிட்டோம் சார்."

"சிட்டியிலே உள்ள எல்லா பெட்ரோல் பங்குகள்லேயும் தகவல் சொல்லியிருக்கேன். உங்க ஏரியாவிலே உள்ள கார் மெக்கானிக் ஷாப் ஒண்ணு விடாமப் போங்க. நிதானமா, விவரமா அடையாளங்கள் சொல்லி விசாரிங்க."

"சரி சார்."

"கொலை நடந்து மூணு நாள் ஆச்சி இந்த மூணு நாளுக்குள்ளே யாராச்சும் வண்டிக்கு கலர் மாத்தினாங்களான்னு விசாரிக்கச் சொல்லிருக்கேன். எல்லாச் சின்ன, பெரிய வொர்க் ஷாப்பிலேயும் விசாரிங்க. கொஞ்சம் தீவிரமாப் பாருங்க."

ஹரிஹரன் ரிசீவரை வைத்தார்.

விசுவம் யோசித்தான். 'பரத் சொல்வதிலிருந்து பார்த்தால், இந்தக் கார் என்னை காட்டிக் கொடுத்து விடுமோ? காரில் சின்னச் சின்ன அடையாளங்களை மாற்றச் சொன்னார். பெரிய அடையாளமான காரின் நிறத்தையே மாற்றி விட்டால் என்ன?'

✲ ✲ ✲

அத்தியாயம் 21

இ.பி.கோ. - 445: கணவனோ மனைவியோ உயிருடன் இருக்கையில் மறுமணம் செய்து கொள்வதோடு, முதல் திருமணத்தைப் பற்றி மறுமணம் செய்ய இருப்பவரிடம் மறைத்தல்.

தண்டனை: பத்து ஆண்டு வரை சிறை மற்றும் அபராதம்.

விழுப்புரம் வந்த போது இரவு ஏழரையாகியிருந்தது. ஒரு ஹோட்டல் முன் நிறுத்தி முதலில் டிஃபன் சாப்பிட்டார்கள்.

“சுப்பிரமணி நகர் எங்கே இருக்கு?” என்றான் பரத்.

“இதே ரோட்ல நேராப் போயி...” என்று துவங்கிப் பத்துப் பதினைந்து வரிகள் சொன்னான் கடைக்காரன்.

சுப்பிரமணி நகரைக் கண்டுபிடித்த போது மணி ஒன்பது. நகர் நகரோடு இல்லாமல் தீட்டு மாதிரி விலகி இருந்தது. நாலு எலெக்ட்ரிக் கம்பங்களில் தப்பாமல் ஒன்று எரிந்தது. குடிசைகள் நிறைய இருந்தன. எந்தப் பக்கம். துவங்குகிறது தெரு என்று புரியாமல் சிக்கலாய் இருந்தது அமைப்பு.

காரை ஓரமாக நிறுத்திவிட்டு இறங்கிக் கொண்டார்கள். ஒரு சில வீடுகளின் ஜன்னல்களில் மட்டுமே வெளிச்ச கட்டடங்கள்.

“தூங்கற நேரம் பரத். இப்போ போயி நாம என்ன விசாரிக்கிறது?”

“வந்துட்டோம் இவ்வளவு தூரம். இரு, ஏதாச்சும் ஒரு பக்கம் நுழைவோம்” என்று டார்ச் லைட்டை எடுத்துக் கொண்டான் பரத்.

அவர்கள் நடக்கத் துவங்கிய பகுதியில் ஒரு சின்னப் பெட்டிக் கடை. அதை அணுகி ‘17B’ விசாரித்தான். தெருக்கடைசி என்று சொல்லப்பட்டான்.

‘17B’ வீட்டு வாசலில் சின்ன வேலிப் படல் இருந்தது. மிகச்சிறிய ஓட்டு வீடு இருட்டில் மிதந்து கொண்டிருந்தது.

படலைத் தொட்டுக் கொண்டு, “அம்மா” என்றான் பரத்.

“நீங்க இருங்க. நான் கூப்புடறேன். அம்மா! காமாட்சி அம்மா!” என்றாள் சுசீலா. நாலைந்து முறை அழைத்ததும் கதவு திறந்தது.

கவனிக்காமல் ஏதாவது ஒரு கம்பத்தில் மோதிக் கொண்டு விட்டால் உடனே இரண்டு துண்டுகளாகிவிடக் கூடிய சாத்தியமுள்ள தேகத்துடன் ஓர் அம்மாள் வெளியே வந்து,

படலுக்கு வந்து முறுக்கி இருந்த கம்பியை நீக்கிக் கொண்டே "யாரு நீங்க? தெரியலையே இந்த நேரத்தில..." என்றாள்.

"நீங்கதானே காமாட்சி அம்மா?" என்றான் பரத்.

"ஆமாம்."

"மெட்ராஸ்ல இருக்கிற உஷாராணியோட அம்மா?"

"ஆமாம்."

"இவ பேர் சுசீலா. இவ உங்க பொண்ணோட ஃபிரண்டு, எனக்குப் பொண்டாட்டி."

'ஆசை?' என்று மெதுவாக முனகி பரத்தின் தொடையைக் கிள்ளினாள் சுசீலா.

"உள்ளே வாங்க."

வீட்டுக்குள்ளே இரண்டு சிறு மகள்கள் ஓரமாய் உறங்கிக் கொண்டிருக்க, ஒருபாயை விரித்துப் போட்டு, "உக்காருங்க" என்றாள் அந்த அம்மாள்.

"போன மாசம் பணம் அனுப்பினதுக்கு நீங்க லெட்டர் போட்டிருந்தீங்கன்னு சொன்னா" என்றாள் சுசீலா.

"ஆமாம் போட்டிருந்தேன். இந்த மாசம் இன்னும் பணம் அனுப்பல்லை அவ."

சுசீலா 'என்ன பதில் சொல்ல?' என்று பரத்தைப் பார்த்தாள்.

"அதைத்தான் எங்ககிட்டே சொல்லி அனுப்பினாங்க. இந்த மாசம் சம்பளம் லேட்டாப் போடறாங்களாம். அடுத்த வாரம் அனுப்புறதாச் சொல்லச் சொன்னாங்க. நாங்க இந்த வழியா வேற ஊர் போறோம். அப்படியே சொல்லிட்டுப் போகலாம்னு வந்தோம்" என்ற பரத்திற்கு மனசுக்குள் வருத்தமாய் இருந்தது.

'இந்தத் தாய்க்குத் தன் மகள் கொடூரமாய் கொலை செய்யப்பட்டிருப்பது தெரியாது. எத்தனை பெரிய உண்மையை மறைக்கிறேன் நான்? ஆனால், இப்போது அவள் இறந்துபோய் விட்ட செய்தியைச் சொன்னால், நான் தெரிந்து கொள்ள

வேண்டிய விவரங்கள் எதையும் தெரிந்து கொள்ள முடியாது. உடனே அழுகையில் இறங்கி விடுவாள். விவரங்களைத் தெரிந்து கொண்டு அப்புறம் சொல்லலாம்.'

"எங்க வீட்டுக்கெல்லாம் உங்க பொண்ணு அடிக்கடி வருவாங்க நாங்களும் போறதுண்டு. நல்லபழக்கம்" என்றான் பரத்.

"ஒருத்தருக்கொருத்தர் உதவியா அன்பா அப்படித்தான் இருக்கணும்".

"உஷாவோட புருஷன் வேதாச்சலம் இப்ப என்ன பண்றான்?"

"என்ன பண்றான்? சும்மாதான் சுத்துறான் தின்னுட்டு. அட! உன்னைதான் பிடிக்கலைன்னு அவ விட்டுட்டு ஆசைப்பட்டவனோட போய்ட்டா இல்லை? ஒண்ணு அவளை மறந்துட்டு ஜோலியைப் பார்க்கணும். இல்லைன்னா 'போடி நாயே'ன்னுட்டு வேற கல்யாணம் பண்ணிக்கணும் அவ இவனை விட்டு போயி வருஷம் ரெண்டாச்சி. இவனுக்கு இன்னும் சூடு இறங்கலை கண்ல பார்த்தா வெட்டுவேங்கிறான்?"

"எங்கே இருக்கு அவன் வீடு?"

"நாலு தெரு தள்ளிச் சுண்ணாம்புகாரத் தெருன்னு இருக்கு. அங்கேதான் இருக்கான். ஆனா இப்ப நாலஞ்சு நாளா ஆளைக் காணோம்."

மேலும் வேதாசலத்தைப் பற்றி, அவன் கூட்டாளிகள் பற்றி உஷாவோடு நடத்திய வாழ்க்கை பற்றி நிறைய விசாரித்தான். சுசீலாவின் தொடையை திமிண்டினான், 'என்ன?' என்றாள் புருவத்தால். 'ஃபோட்டோ! போட்டோ' என்றான் நுனி உதட்டினால்.

"இங்கே உஷா வேதாசலம் கல்யாண ஃபோட்டோ இருக்குதாம்மா?"

"இருக்கே."

"பழைய நினைவுகளை நினைச்சுப் பார்க்கிறப்போ வேணும். போனா எங்கம்மாகிட்டே வாங்கிட்டு வாங்கன்னு சொன்னா உங்க பொண்ணு."

"தர்றேனே? ஆனா அந்த துஷ்டனைப் போய் இவ என்னத்துக்கு நினைச்சுப் பார்க்கணும்? ம்... என்ன இருந்தாலும் தாலி கட்டினவனாச்சே" என்று பெட்டியைத் துளாவி மவுண்டில் ஒட்டின மாலையோடு நிற்கிற போட்டோவைக் கொண்டு வந்து கொடுத்தாள்.

"அப்ப நாங்க வர்றோங்க."

"ராத்திரி நேரம். எதுவும் சாப்பிடக் கொடுக்க முடியலை."

"பரவால்லைம்மா, வர்றோம்" என்று வெளியே வந்தார்கள்.

காரில் ஏறிக் கொண்டதும், "அந்தப் பொண்ணு இறந்து போய்ட்டாங்கிறதை நாம மறைக்கிறது பாவமில்லையா பரத்?"

"நாம மறைக்கப் போறதில்லை சுசி. இன்னிக்கு இங்கே தங்கறோம். நாளைக்குக் காலையிலே வேதாசலம் வீட்டுக்குப் போறோம். இன்னும் கொஞ்சம் தகவல் சேகரிக்கிறோம். ஊருக்குப் போறதுக்கு முன்னாடி பக்குவமா எடுத்துச் சொல்லிட்டுப் போவோம். இப்ப நல்ல லார்ட்ஜ் எங்கே இருக்குன்னு விசாரிக்கணும். சிங்கிள் பெட் போதுமில்லை?" என்று காரை ஸ்டார்ட் செய்தான் பரத்.

இரவு மணி பத்து.

மணியின் அறைக்குள் எட்டிப் பார்த்தான் விசுவம். கால்களைப் பரப்பிக் கொண்டு உறங்கிக் கொண்டிருந்தான் மணி. கார் காரேஜின் சாவியை எடுத்துக்கொண்டு நடந்து காரேஜைத் திறந்து உள்ளே வந்து கதவுகளைச் சாத்திக் கொண்டான்.

காருக்குள் மட்டும் லைட்டைப் போட்டான். டிரைவிங் சீட்டில் உட்கார்ந்து என்ன என்ன அடையாளங்களை மாற்றலாம் என்று யோசித்தான். முயல்குட்டி ஆடியது. முதலில் அதைக் கழற்றினான்.

விசுவம் என்று நேம் ஸ்டிக்கர் டேஷ் போர்டில் ஒட்டியிருந்தது. அதைச் சிரமப்பட்டுப் பிய்த்தான் விண்ட்ஷீல்ட் கண்ணாடியில்

சர்வீஸ் ஸ்டேஷனின் ஸ்டிக்கர் இருந்தது. அதையும் சுரண்டினான். ஆயுதம் கொண்டு முன்னால் நம்பர் பிளேட்டுக்கு மேல் கறுப்பு திருஷ்டிக் கயிற்றில் ‘V’ என்று சுற்றப்பட்டிருந்தது. அதையும் அறுத்து எறிந்தான்.

கலரை மாற்றிவிடலாமா என்று யோசித்ததை பரத் வந்தால் கேட்டுக் கொண்டு செய்யலாம் என்று பிறகு தீர்மானித்தான்.

கால் மணி நேரத்தில் காரேஜைப் பூட்டிக்கொண்டு தன் அறைக்கு வந்தபோது டெலிபோன் ஒலித்தது.

“இந்த நேரத்தில் யார்?”

அடுத்த அறையில் மணி விழித்துக்கொண்டு விடுவானோ என அவசரமாய் ரிசீவரை எடுத்தான் விசுவம்.

“ஹலோ” என்றான்.

“ஹலோ, நான் திலக் பேசறேன்.”

“என்ன?”

“ரெண்டு லட்சம் என்ன ஆச்சு?”

“அதான் இன்னும் டைம் கொடுத்திருக்கியே திலக்?”

“நான் செஞ்ச பெரிய தப்பு அதுதான். நீ பணத்தைப் புரட்ட ஏற்பாடுகள் எதுவுமே செய்யலை என்னை ரொம்ப லேசா நினைச்சிட்டே?”

“இல்லை திலக். நான் ஏற்பாடு பண்ணிக்கிட்டுதான் இருக்கேன்.”

“சரி அப்படின்னா சொல்லு. இதுவரைக்கும் எவ்வளவு ஏற்பாடு பண்ணிருக்கே?”

ஏதாவது சொல்லாவிட்டால் நம்பமாட்டான் எனக் கருதினான் விசுவம்.

“ஐம்பதாயிரம் புரட்டிட்டேன் அப்படி, இப்படி.”

“நிஜமா?”

“நிஜமாதான்.”

“இப்ப உன் கையில இருக்கா அது?”

“ஆமாம். என்னை நம்பு. என் பிடி உன்கிட்டே இருக்கிறப்போ நான் ஏற்பாடு செய்யாம இருப்பேனா?”

“பின்னே எதுக்காக லாயர் பரத்தைப் பிடிச்சே? பரத்தை விட நான் எக்ஸ்பர்ட்ன்னு அவன் தெரிஞ்சுக்க வேணாமா? இப்போ தெளிவாச் சொல்றேன் கேட்டுக்கோ உனக்குக் கொடுத்த கெடுவை வாபஸ் வாங்கிக்கறேன். நாளைக்குச் சாயங்காலத்துக்குள்ளே எனக்குப் பணம் வேணும். அதுக்கு முன்னாடி எனக்கு ஒரு அர்ஜண்ட் தேவை இருக்கு. அதனாலே அந்த ஐம்பதாயிரம் ரூபாயை எடுத்துக்கிட்டு நான் சொல்ற அட்ரசுக்குப் பதினொன்றரை மணிக்கு நீ மட்டும் வா. எழும்பூரில்... லாட்ஜிலே தங்கியிருக்கேன். ரூமுக்கு வர வேணாம். நான் மொட்டை மாடியிலே நின்னுக்கிட்டு இருப்பேன். நீ வர்ரப்போ வாசல் கதவு திறந்திருக்கும். சின்ன லாட்ஜ், மூணு மாடிக் கட்டிடம், நேரா மொட்டை மாடிக்கு வந்துடு...”

“திலக், வந்து...”

“இப்ப நீ வரலைன்னா நாளைக்குக் காலையிலே கூட இல்லை. பதினொன்றரை வரைக்கும் பார்த்துட்டு அடுத்த நிமிஷமே டெபுடி கமிஷனர் வீட்டுக்குப் போய்டுவேன் ஃபோட்டோவோட” என்று வைத்து விட்டான் திலக்,

சில நிமிடங்கள் அப்படியே உட்கார்ந்து விட்டான் விசுவம். ‘பரத் கூட ஊரில் இல்லை. எங்கே போவேன் ஐம்பதாயிரத்திற்கு? திலக்கை ஏமாற்ற முடியாது. போகாவிட்டால் போலீசுக்குப் போய்விடுவான். துப்புக் கிடைத்து உண்மையான குற்றவாளியைக் கண்டுபிடிக்கும் தீவிரத்தில் பரத் இருக்கிற இந்த சமயத்தில் போலீஸ் என்னைக் கைது செய்தால் என்னாவது? ஊருக்குப் போகு முன் பரத் போனில் நான் ஊரிலிருந்து வருவதற்கு முன் நீங்கள் போலீசிடம் மாட்டிக் கொள்வதை நான் விரும்பவில்லை என்றானே?’

திலக்கை அந்த இடத்தில், அந்த நேரத்தில் சந்தித்துக் கெஞ்சிக் கூத்தாடி, ஏதாவது பொய் சொல்லிச் சாயங்காலம் வரையாவது டைம் வாங்க வேண்டும். அதற்குள் பரத் வந்து விடுவார். குற்றவாளி கிடைத்துவிட்டால் இந்த திலக்குக்காகக் கவலைப்படத் தேவையில்லை. அதுவரை திலக்கைச் சமாளித்தே ஆகவேண்டும்.'

எதற்கும் இருக்கட்டும் என்று ஒரு கைப்பையையும் அதற்குள் தான் செலவுக்காகக் கொண்டு வந்த ஐயாயிரம் ரூபாய் பணத்திலிருந்து இரண்டாயிரம் ரூபாய் பணமும் எடுத்துக் கொண்டான்.

சப்தம் செய்யாமல் வெளி வந்து வாசல் கதவைச் சும்மா சாத்தி வைத்து விட்டு, ரோட்டுக்கு நடந்து ஒரு டாக்ஸி பிடித்து எழும்பூர் வந்து இறங்கிக் கொண்டான். மணி பதினொன்று.

திலக் சொன்ன லாட்ஜை விசாரித்து நடந்தான். சற்று இருட்டான ரோட்டிலிருந்து தள்ளி, ஒரு சந்துப் பகுதியில் இருந்தது லாட்ஜ். மணி பதினொன்று இருபது. அந்த லாட்ஜைச் சுற்றிலும் மனித நடமாட்டம் இல்லை. நெருங்கினான். ஸ்ப்ரிங் கதவு கேட் திறந்து இருந்தது. இவனைக் கேட்பதற்கு யாருமில்லை. சரசர என்று படிகளில் ஏறி மொட்டை மாடிக்கு வந்தான். மாடியின் குறுக்காகக் கைகளைக் கட்டிக்கொண்டு திலக் உர்ரென்று நின்று கொண்டிருந்தான்.

* * *

அத்தியாயம் 22

இ.பி.கோ. - 94: கொலை மற்றும் அரசாங்கத்திற்கு எதிரான குற்றங்களைத் தவிர, மற்ற குற்றங்களை ஒரு நபர் மிரட்டுதல் மற்றும் பலவந்தத்தின் காரணமாகச் செய்தால் அச்செயல் குற்றமாகாது.

"வெல்கம்" என்றான் திலக்.

கைப்பையை மார்போடு அணைத்துக் கொண்டு அவனை நோக்கி வந்து நின்று படியேறிய களைப்பில் "ஸ்ஸ்ஸ்" என்றான் விசுவம்.

மேலே நிலாவை மேகக் குதிரைகள் மேய்ந்து கொண்டிருந்தன.

"சொன்ன மாதிரி வந்துட்டிங்க!"

"பின்னே, மானம் பெரிசாச்சே?"

"உயிர்ன்னு சொல்லுங்க!"

"திலக், இதுவரைக்கும் என்னை விவரமாகவே பேச விடலை நீங்க. அந்தக் கொலையை நான் செய்யலை."

"பார்த்திங்களா, மறுபடி அரிச்சுவடிக்குப் போறிங்களே?"

"உண்மை தெரியாமப் பேசாதிங்க திலக்."

"நீங்க கொலை செய்யலைங்கிறது உண்மையா?"

"ஆமாம்."

"சரி. ஒத்துக்கறேன். நீங்க கொலை செய்யலை. ஆனா அந்தப் பிணத்தோடு அந்த ஃபோட்டோவில் இருக்கிறது நீங்கதானே? இதை மறுக்க மாட்டிங்களே? எதுக்கு வளவளன்னு? சரி, ஐம்பதாயிரம் எப்படி நூறு ரூபாயா இருக்கா?" என்று கை நீட்டினான் திலக்.

"தர்றேன். ரொம்ப வேர்க்குது. இன்னிக்குக் காத்தே இல்லை" என்று கைப்பிடிச் சுவரில் சாய்ந்து நிற்கலாம் என்று நகர்ந்த விசுவத்தைப் பிடித்து நிறுத்தினான் திலக்.

"இங்கே இந்தப் பக்கம் கைப்பிடிச் சுவர் இல்லை. இடிஞ்சி விழுந்துடிச்சி இப்படியே நில்லுங்க."

"இருட்டிலே சரியாத் தெரியலை."

"விழுந்தா எலும்பு, எலும்பாத்தான் கூடையில பொறுக்கணும். சரி, ஐம்பதாயிரம் எடுங்க விசுவம்."

"...ம் கொண்டாரலை."

"ஏண்டா என்னை என்ன இளிச்ச வாயன்னு நினைச்சியா?" என்று விசுவத்தின் சட்டையின் காலரைப் பிடித்தான் திலக்.

"திலக், கையை எடு."

"நான் சொன்ன மாதிரி செய்ய மாட்டேன்னு நினைச்சுக்கிட்டியா, இதோ இப்பவே போறேன். உடனே போன் பண்றேன்."

திலக்கின் கையைப் பிடித்துக் கொண்டான் விசுவம்.

"ப்ளீஸ், நான் சொல்றதைக் கேளு. நாளைக்குச் சாயங்காலம் வரைக்கும் டைம் கொடு."

"இதுவரைக்கும் கொடுத்தது என்ன? போன்ல சொன்னதுக்கு ஒத்துக்கிட்டே. ஏண்டா கொலைகாரப் பயலே. நரி வேலையா பண்றே?" என்று விசுவத்தின் கன்னத்தில் அறைந்தான்.

சரியான அரை. அரை வாங்கின உடனே சுறுசுறு என்று ஏறியது. 'நான் யார்? கோடீசுவரனின் பிள்ளை. ஊரில் எத்தனை செல்வாக்கு. இவன் யார்? எவனோ ப்ளாக் மெய்லர். என்னை அடிக்கிறானே?'

விசுவம் கன்னத்தைத் தடவி விட்டுக் கொண்டான்.

"திலக், உனக்கு ரெண்டு லட்சம் தானே வேணும்?"

"ஆமாம்."

"நான் பொய் சொன்னேன். இந்தப் பையிலே இரண்டு லட்சம் இருக்கு நெகடிவ், போட்டோ எங்கே?"

"இதோ பாக்கெட்ல இருக்கு" என்று எடுத்துக்காட்டி மறுபடி பாக்கெட்டில் வைத்துக் கொண்டான் திலக் "மறுபடி ஏமாற்றலா?"

"இல்லை. பையை வாங்கிக்கிட்டு போட்டோவைக் கொடு. பணம் இருக்கா, இல்லையான்னு பார்த்துட்டுக் கொடு போதும். இந்தா."

பையை வாங்க முன்னால் வந்தான் திலக்.

⅄ ⅄ ⅄

விழுப்புரத்தில் விடியல் என்பதில் விசேஷம் எதுவும் இல்லை. அங்கேயும் வெளிச்சம் தந்தது சூரியன். பரத் லாட்ஜின் அறையில் எழுந்து குளித்து தலை சீவிக் கொண்ட போது சுசீலா இன்னும் உறங்கிக் கொண்டிருந்தாள். அவளை எழுப்பி 'நல்ல காலை' சொல்லி "மணி ஏழாகுது சுசி. நீ மெல்ல எந்திரி அவசரமில்லை. கதவைத் தாழ் போட்டுக்கோ, நான் எட்டரை மணிக்கெல்லாம் வந்துடறேன்" என்று சொல்லிக் கிளம்பினான்.

காரை எடுத்துக் கொண்டு வாசலில் பெண்கள் கோலம் வைத்துக் கொண்டிருந்த சுண்ணாம்புக்காரத் தெருவுக்கு வந்தான். ஒரு பால்காரனிடம் விசாரித்தான். வேதாசலத்தின் வீட்டில் அவள் அம்மா மட்டுமே என்று காமாட்சி அம்மாள் சொல்லியிருந்தாள்.

அந்த வீட்டில் அந்த அம்மா இவன் போனபோது விளக்குமாற்றோடு இருந்தாள். கீழே போட்டுவிட்டு, பாதி திறந்திருந்த கதவை முழுசாய் திறந்து, "என்ன?" என்றாள்.

"வேதாச்சலம் இல்லையா?"

"ஊர்ல இல்லை. நீங்க யாரு?"

"அவரு ஃபிரண்டு மெட்ராஸிலேர்ந்து வர்றேன்."

"அப்படியா? நாலஞ்சு நாளாச்சி அவன் புறப்பட்டுப் போயி இன்னும் வரலை."

"எந்த ஊரு?"

"சொல்லலையே தம்பி? திடுதிப்புன்னு புறப்பட்டுப் போனான்."

"என்ன விஷயமாப் போயிருக்கார்?"

"அட! எதையும் சொல்லலை தம்பி. வாசல்லயே நிக்கிறீங்களே, உள்ள வாங்க, உக்காருங்க."

உள்ளே போய் உட்கார்ந்து ஒரு டம்ளர் தண்ணீர் சாப்பிட்டு விட்டு "உங்க மருமகள் அவரோடு இல்லையா இப்போ?"

"அவ போய்ட்டா ஓடு காலி. அவளைக் கண்டான்னா கண்ட எடத்திலேயே வச்சி தலையைச் சீவிடுவான் வேதாச்சலம். அப்படிக் கொதிச்சிக்கிட்டுருக்கான். என்ன கொறை வச்சான் அவளுக்கு?" எனத்தொடங்கி அகநானூறு, புறநானூறு என்று இலக்கியமாய் வந்தன வார்த்தைகள்.

"மெட்ராஸ்ல வேதாசலத்துக்கு யாராச்சும் ஃபிரண்டு இருக்காங்களா?"

"ஏன் இல்லாம? அந்த கோபி..."

"எந்த கோபி? என்ன பண்றார்?"

"மயிலாப்பூர்ல அதென்னது... இரு. சொல்றேன்... ம்... சாந்தி ஸ்டூடியோன்னு போட்டோ ஸ்டூடியோ வச்சிருக்கில்லே கோபி தம்பி? அதுவும், அவனும் அந்த அளவுக்கு தோஸ்த்து."

"அப்படியா? கோபி அட்ரஸ் இருக்குமா உங்ககிட்டே?"

"அந்த தம்பி எழுதின கடுதாசி இருக்கே. இருங்க கொண்டாறேன்" என்று கொண்டு வந்தாள். முகவரி சுத்தமாய் எழுதியிருந்தது.

"போனாப் போய் பார்க்கறேன்" என்று குறித்துக் கொண்டான் பரத்.

"பாருங்க, ரொம்ப நல்ல புள்ளை."

"அப்ப நா வர்றேங்க. வேதாச்சலம் வந்தவுடனே அருணாசலம் வந்தான்னு சொல்லுங்க."

லாட்ஜுக்குத் திரும்பி வந்து சுசீலாவிடம், "நாம கொலைகாரனை நெருங்குகிறோம் சுசி. இந்த வேதாச்சலம் தான் கொலைகாரன். காரணம் ரொம்பத் தெளிவா இருக்கு. தன்னை விட்டு இன்னொருத்தனோட ஓடிப்போன மனைவி மேல் உள்ள ஆத்திரம். கொலை வெறியோடயே திருஞ்சிருக்கான். மெட்ராஸ்ல

இருக்கா அவன்னு தெரிஞ்சதும் நேரா மெட்ராஸ் வந்திருக்கான். முந்தி சொன்ன மாதிரி அவளை ஃபாலோ பண்ணி ஒரு சந்தர்ப்பம் கிடைச்சதும் கொன்னுட்டு ஓடிட்டான்."

"ஆனா ரயில் டிக்கெட் மாயவரத்துக்கு எடுத்திருந்ததே?"

"மாயவரத்திலே இவனுக்கு அடைக்கலம் தர யாராச்சும் இருக்கலாம். இப்போ நமக்கு யார் ஆள்ன்னு தெரியும். அவன் சொந்த ஊர், அட்ரஸ் தெரியும். அவன் போட்டோ கைல இருக்கு. கொலைக்கான காரணம் தெரியும் கொலை செய்யத் துடிச்சான்ங்கிறத்துக்குச் சாட்சிகள் இருக்கு. மெட்ராஸ்ல அவன் ஃபிரண்டு அட்ரஸ் தெரியும். இவ்வளவையும் வச்சிக்கிட்டு நாம அவனை உடனடியாப் பிடிச்சாகணும். கிளம்பு சுசி."

இருவரும் இருபது நிமிடத்தில் அறையைக் காலி செய்து விட்டுக் காரில் ஏறி அமர்ந்தார்கள்.

"இப்போ முதல்ல அந்த காமாட்சி அம்மாள் வீட்டுக்குப் போறோம். நீ பக்குவமா உஷாவை யாரோ கொன்னுட்டாங்கங்கிற விஷயத்தைச் சொல்றே அப்புறம் நாம மெட்ராஸ் கிளம்புறோம்."

⅄ ⅄ ⅄

நடராஜன் முடி வெட்டிக் கொள்ள சலூனுக்குப் போனார். மூன்று நாற்காலிகளிலும் ஆள் இருந்தது. பெஞ்சில் அமர்ந்து ஒரு சிகரெட் எடுத்துக் கொண்டு, நாலாபக்கங்களிலும் வெள்ளைக்காரிகள் நிர்வாண நிலையில் சோம்பல் முறித்துக் கொண்டு, பூனைக்கு முத்தம் கொடுத்துக் கொண்டு இருப்பதைப் பார்த்தார்.

அப்புறம் அங்கிருந்த நியூஸ் பேப்பரை எடுத்தார். பழைய தேதி போடப்பட்டிருந்தது. பரவாயில்லை. திரைவானில் யார், யார் கவர்ச்சி காட்டுகிறார்கள் பார்க்கலாம் என்று பிரித்தார்.

நியூ ஆவடி ரோடு கொலை பற்றிய விவரங்கள் வந்திருந்த பழைய பேப்பர் அது. ஐந்து நிமிடங்களுக்குப் பின் நடராஜன்

சலூனை விட்டு விர்ரென்று வெளியேறி போலீஸ் ஸ்டேஷனை நோக்கி நடந்தார்.

⅄ ⅄ ⅄

மணி குளித்து, உடுத்தி விசுவத்தின் அறைக்குள் வந்தான்.

விசுவம் கட்டிலில் படுத்துக் கொண்டு மார்பின் மேல் கைகளைக் கட்டிக் கொண்டு விட்டத்தில் சுழலும் மின் விசிறியையே உற்றுப் பார்த்துக் கொண்டிருந்தான்.

"சின்ன கார் உங்க ஃபிரண்டுகிட்டே இருக்கு. பெரிய வண்டியை எடுத்துக்கிட்டு நான் வெளியே போயிட்டு வரட்டுமா அத்தான்?"

"வண்டி ரிப்பேர். அதான் பூட்டி வச்சிருக்கேன்."

"சரி, நான் பஸ்ல போறேன்."

மணி பங்களாவை விட்டு நடந்து பஸ் ஸ்டாப்பிற்கு வந்து கொண்டிருந்த போது ராஜு கார் மெக்கானிக்கின் ஷாப்பைக் கண்டான். மெட்ராசில் கார் ரிப்பேர் என்றால் இவனிடம்தான் பார்ப்பது என்று முன்பு ஒரு தடவை விசுவம் சொல்லியிருந்தான்.

'கார் ரிப்பேராய் இருக்கு. போய்ப் பாருப்பா' என்று சொல்லிவிட்டுப் போகலாமே என்று நினைத்து வொர்க் ஷாப்புக்குள் சென்றான் மணி.

கோடம்பாக்கம் போலீஸ் இன்ஸ்பெக்டர் மஃப்டியில் உட்கார்ந்து ராஜு வைக் கேள்விகள் கேட்டுக் கொண்டிருந்தார்.

"முயல் குட்டி பொம்மை தொங்குமா கார்ல?"

"ஞாபகமில்லையே சார்" என்றான் ராஜு.

"முயல்குட்டி பொம்மையா? எங்க கார்ல கூட அதான் தொங்குது!" என்றான் மணி.

✲ ✲ ✲

அத்தியாயம்

23

இ.பி.கோ. - 306: தற்கொலை செய்து கொள்ளுதல்.

தண்டனை: பத்து ஆண்டுவரை சிறை மற்றும் அபராதம்.

இப்போது ஐந்து டெலிபோன் உரையாடல்களை ஒட்டுக் கேட்டு விட்டுக் கதைக்குள் செல்லலாம்.

உரையாடல் - 1

டயல் சுற்றியவர் எலிஃபண்ட் கேட் போலீஸ் ஸ்டேஷனைச் சேர்ந்த சப் இன்ஸ்பெக்டர் அரவிந்தன்.

ரிசீவரை எடுத்தவர் டெபுடி கமிஷனர் ஹரிஹரன்.

"ம், சொல்லுங்க. அந்த ஆள் பேரென்ன?"

"நடராஜன் சார்."

"என்ன சொன்னார்?"

"அதே தேதியிலேர்ந்து அவருக்கு வேண்டிய பொண்ணைக் காணலைன்னார். மார்ச்சுவரிக்கு அழைச்சுக்கிட்டுப் போனேன். வயித்தில தொப்புளுக்குப் பக்கத்திலே மச்சத்தைப் பார்த்துட்டு இவதான் சார்ன்னார். அது ஸ்பெஷல் மச்சமாம் அப்புறம் அவளைப் பத்தி விவரங்கள் சொன்னார். பேரு கீதா. தொழில் 'இப்படிப்பட்டது'ன்னார். இடம் கே.கே. நகர். ஏதோ அஃபெக்ஷன், பழக்கம்ன்னார். அட்ரஸ் வாங்கிக்கிட்டு அனுப்பி வெச்சுட்டேன்."

"என்ன காரியம் செஞ்சிங்க நீங்க? மை காட்! என்கிட்டே ஒரு வார்த்தை கேட்டுட்டு அனுப்பக் கூடாது? நான் அவரை எவ்வளவோ விசாரிக்க வேண்டியிருக்கே?"

"நம்பிக்கையானவர் சார். அவர் சொன்ன அட்ரஸ் உண்மை அவர் போனதும் பின்னாடியே கான்ஸ்டபிளை அனுப்பித் தெரிஞ்சுக்கிட்டேன். அது மாதந்தோறும் வாடகைக்கு இருக்கிற லாட்ஜ். இப்ப வேணும்னாலும் அவரை உங்க முன்னாடி கூட்டிக்கிட்டு வரத் தயார்."

"அப்ப சரி. நான் இன்னும் ஒரு மணி கழிச்சு ரிங் பண்றேன். அப்போ கூட்டிக்கிட்டு வாங்க."

உரையாடல் - 2

டயல்: நடராஜன்

ரிசீவர்: விசுவம்.

“விசுவம் சார், என் கீதாவை அடையாளம் தெரியாமக் கொன்னுட்டான் எவனோ?”

“அப்படியா? என்ன உளர்றே?”

“நிஜமாத்தான். உங்ககிட்டே வந்த அன்னைக்கு ராத்திரியே கொலை செய்யப்பட்டிருக்கா, பேப்பர்ல பார்த்தேன். உடனே சந்தேகம் வந்து ஆஸ்பத்திரிக்குப் போயி பிணத்தைப் பார்த்தேன். அவதான்.”

“யாரு கொன்னது நடராஜன்?”

“ரொம்ப சீக்கிரம் தெரிஞ்சிடும். போலீஸ் ரொம்ப தீவிரமா இருக்காங்க.”

உரையாடல் - 3

டயல்: கோடம்பாக்கம் இன்ஸ்பெக்டர் - ராஜு மெக்கானிக் கடையிலிருந்து,

ரிசீவர்: ஹரிஹரன். “என்ன சொல்றீங்க இன்ஸ்பெக்டர்?”

“ஆமாம் சார், நீங்க சொன்ன அடையாளங்களோட உள்ள கார் எங்கே இருக்குன்னு கண்டுபிடிச்சாச்சு. அந்த பங்களா ஓனர் பேர் விசுவம். அவரோட சொந்தக்காரர் மணி. அவராவே வந்து தகவல் சொல்லிட்டார்.”

“நான் அரை மணியிலே வர்றேன். எங்கே இருந்து பேசறீங்க, அட்ரஸ் சொல்லுங்க?”

உரையாடல் - 4

டயல்: ஹரிஹரன்

ரிசீவர்: ஃப்யூச்சர் ஃபாஷன் கடையின் மானேஜர். "குட்மார்னிங் சார்."

"குட்மார்னிங் எல்லாம் அப்புறம்! அவசரம், நான் போட்டிருந்த மஃப்டி கான்ஸ்டபிள் இருக்காரா அங்கே?"

"இருக்கார் சார்"

"கூப்பிடுங்க அவரை."

"ஹலோ... வணக்கம் சார்."

"கான்ஸ்டபிள், நீங்க என்ன செய்றீங்க, உடனடியாக அந்தக் கடையிலே ஜீன்ஸ் பாண்ட் செக்ஷன்ல வேலை பார்க்கிற வெள்ளையப்பன், அப்புறம் சின்னப் பையன் பழனி ரெண்டு பேரையும் அழைச்சுக்கிட்டு ஒரு டாக்ஸி பிடிச்சி அசோக் நகர்லே நான் சொல்ற அட்ரசுக்கு வர்றிங்க."

உரையாடல் - 5

டயல்: ஹரிஹரன்

ரிசீவர்: எலிஃபண்ட் கேட் ஸ்டேஷன். எஸ்.ஐ. அரவிந்தன்.

"அரவிந்தன், நீங்க பைக்கை எடுத்துக்கிட்டுப் புறப்படுங்க. அந்த நடராஜனைப் பிடிங்க அவரது அட்ரஸ்ல. ஏத்திக்கங்க. நேரா அசோக்நகர் வாங்க. அட்ரஸ் சொல்றேன்."

எழுபது நிமிடங்களுக்குப் பிறகு ஹரிஹரன், கோடம்பாக்கம் இன்ஸ்பெக்டர். எஸ்.ஐ. அரவிந்தன், நடராஜன், வெள்ளையப்பன், பழனி, மணி, கான்ஸ்டபிள்கள் அத்தனை பேரும் விசுவத்தின் பங்களாவுக்குள் நுழைந்தார்கள்.

மணியைப் பார்த்து, “கூப்பிடுங்க” என்றார் ஹரிஹரன்.

“அத்தான். விசுவம் அத்தான்” என்றான் மணி.

ஹால் சுவரில் மாட்டியிருந்த விசுவத்தின் புகைப்படத்தைப் பார்த்துவிட்ட பழனி “இவர்தான் சார், நீங்க விசாரிச்சது” என்று கத்தினான்.

வெள்ளையப்பன் பார்த்துவிட்டு, “ஆமாம், இவர்தான்” என்றான்.

நடராசன், “அடப்பாவி! இவனா கொலை பண்ணது? இவனோடதான் சார் அன்னிக்கு அவ எங்கேஜ்மெண்டு. சண்டாளன்!” என்றார்.

மாடிப்படிகளில் உச்சியில் விசுவம் தோன்றினான். எல்லோரையும் நிதானமாகப் பார்த்தான்.

ஒவ்வொரு படியாக அவசரமில்லாமல், பதட்டமில்லாமல் இறங்கி வந்தான்.

கையில் விலங்கோடு நி27 கோடம்பாக்கம் இன்ஸ்பெக்டர் அருகில் வந்து நின்றான். இரண்டு கைகளையும் நீட்டினான்.

மணி பேந்தப் பேந்த விழிந்தான்.

“கீதாவைக் கொன்னது நீங்கதானே?” என்றார் எஸ்.ஐ.

“ந்ந்ந்ந்நோ!” என்று கத்தினான் விசுவம்.

“விசாரணை எல்லாம் ஸ்டேஷன்ல” என்றார் ஹரிஹரன்.

ஜீப்பில் ஏற்றப்பட்டுப் பத்து நிமிடங்களில் மணியைத் தவிர எல்லோரும் சென்று விட்டார்கள். மணி உடனே டெலிபோனுக்குப் பாய்ந்து கோயம்புத்தூருக்கு எஸ்.டி.டி. தேடினான்.

மெட்ராஸ் எல்லைக்குள் பரத்தின் கார் நுழைந்தது. டேப்பை ஆஃப் செய்தாள் சுசீலா.

நேராக அவர்கள் விசுவத்தின் பங்களாவுக்கு வந்து காரை நிறுத்தியபோது, போலீஸ் பட்டாளம் போய் பத்து

நிமிடங்களாகியிருந்தது. உள்ளே மணி பரபரப்பாய் போனில் பேசிக் கொண்டிருந்தான்.

"ஆமாம். அரெஸ்ட் பண்ணிருக்காங்க. நீங்க உடனே வாங்க. வரீங்களா?"

போனை வைத்து விட்டுத் திரும்பிய மணி ஓடி வந்து பரத்தின் கைகளைப் பிடித்துக் கொண்டான். தொடர்ச்சியாய் வார்த்தைகள் வரவில்லை.

"அத்தான் கொலை செஞ்சிட்டாராம். அரெஸ்ட் பண்ணிட்டாங்க."

"கவலைப்பட வேணாம். நான் பார்த்துக்கறேன். உண்மையான கொலைகாரனைக் கண்டுபிடிச்சுக்கிட்டுக் கிட்டத்தட்ட கடைசி கட்டத்துக்கு நான் வந்துட்ட இந்த நிலைமையிலே இப்படி ஆய்டிச்சே? இத பாருங்க, போட்டோ இவன்தான் உண்மையான கொலைகாரன்."

மணி முகத்தைச் சுளித்தான், போட்டோவை உற்றுப் பார்த்தான்.

"இவனா? இவனா? இவனா கொலைகாரன்?"

"இவனைத் தெரியுமா உங்களுக்கு?"

"பேர் தெரியாது. ரெண்டு தடவை அத்தானோட பேசிக்கிட்டிருந்தான். ஒரு தடவை நாலஞ்சு போட்டோவைக் காட்டிச் சத்தமாப் பேசினான். கிட்டத்தட்ட மிரட்டின மாதிரி இருந்திச்சு."

"சுசி! திலக்தான் கொலைகாரன்."

"திலக்கா? வேதாச்சலம் இல்லையா?"

"வேதாச்சலத்தோட புனை பெயர்தான் திலக்!"

கார் சீறியது. சாலையைக் கிழித்தது.

பரத் சொன்னான்: "சுசி, இன்னும் கூடவா உனக்குப் புரியலை? வேதாச்சலம் மெட்ராஸ் வந்தான். கீதாவை அதாவது உஷாவை கொல்லத் தொடர்ந்து போயி ஒரு நல்ல சந்தர்ப்பம் கிடைச்சப்போ கொலை பண்ணிட்டுத் தப்பிச்சிட்டான். அப்புறம் யோசனை

பண்ணியிருக்கான். அந்த பார்ட்டி பணக்கார பார்ட்டி, பெட்ரூமுல கொலை. அவனோ செட் அப்பை போலீசுக்குச் சொல்லாமல் பிணத்தை மறைக்கத்தான் பார்ப்பான். அவனை மிரட்டிக் கொஞ்சம் பணம் தேத்தினால் என்ன? உடனே அவனுக்குத் தன் மெட்ராஸ் ஃபிரண்டு கோபி ஞாபகம் வந்து, கோபி 'சாந்தி ஸ்டுடியோ'ன்னு மயிலாப்பூர்ல வச்சிருக்கான். அவன்கிட்டே காமிராவும், பைக்கும் வாங்கிக்கிட்டு பங்களாவுக்கு வெளியில் காத்திருந்து, டிக்கில பொணத்தோட விசுவம் போனதும், தொடர்ந்து ஃபாலோ செஞ்சு, நியூ ஆவடி ரோட்ல விசுவம் பிணத்தைத் தூக்கிப் போடறப்போ க்ளிக் அடிச்சுட்டான். அதை ஃபிரண்டு ஸ்டுடியோவிலே கழுவி பிரிண்ட் போட்டு பாபுலரா இருக்கிற ஃபோட்டோகிராபர் திலக்கோட பேரை யூஸ் பண்ணி... இப்பப் புரியுதா?"

"நேர்ல பார்த்த மாதிரியே சொல்றீங்களே பரத்?"

கோடம்பாக்கம் போலீஸ் ஸ்டேஷன் வாசலில் இஞ்சினை அணைத்து விட்டுச் சுறுசுறுப்பாகக் குதித்தான் பரத்.

உள்ளே போனான். இன்ஸ்பெக்டரும் இல்லை, எஸ்.ஐ.யும் இல்லை. ரைட்டர் இருந்தார். விசாரித்தபோது அவர் சொன்னார்:

"ஒரே கூட்டமாப் போய் அமுக்கிப் புடிச்சுட்டாங்க அந்த ஆளை. அந்த ஆளுக்குத் தான் மாட்டிக்கப் போறோம்னு தெரியுமோ என்னவோ? இவங்க போறதுக்கு முன்னாடியே மோதிரத்திலேர்ந்து கல் எடுத்து நுணுக்கி விழுங்கி விட்டான் போலிருக்கு. ஸ்டேஷனுக்கு வர்ற வழியிலேயே ஜீப்புலேயே மயங்கி விழ, ஸ்டேஷனுக்கு வராம அப்படியே எல்லாரும் ஜி.ஹெச்.சுக்குத் திரும்பிட்டாங்க."

"அடப்பாவி!" கத்தினான் பரத்.

ஜி.ஹெச். தீவிர சிகிச்சைப் பகுதி. விசுவம் இறந்து போனான்.

வீட்டு மேசைமேல் இரண்டு கைகளாலும் குத்துக் குத்தென்று குத்திக் கொண்டிருந்தான் பரத்.

"ஏன் தற்கொலை பண்ணிக்கிட்டான் அந்த மடையன்?"

அன்றைய பேப்பரைப் புரட்டிக் கொண்டிருந்த சுசீலா செய்தி படித்து பரபரத்தாள்.

‘எழும்பூரில் லாட்ஜ் மாடியில் இருந்து விழுப்புரத்தைச் சேர்ந்த முப்பத்தைந்து வயதுள்ள வேதாச்சலம் என்கிறவர் கீழே குதித்து உயிர் இழந்தார். போலீஸ் பிரேதத்தைக் கைப்பற்றி விசாரணை செய்து தற்கொலை என்று முடிவு செய்தார்கள். சம்பவம் இரவு பதினொன்றரை மணிக்கு நடந்தது?’

விழுப்புரம்?

வேதாச்சலம்?

பரத் பேப்பரைக் கிழித்து அந்தச் செய்தித் துண்டை மட்டும் எடுத்துக் கொண்டு அரசாங்க ஆஸ்பத்திரிக்கு விரைந்தான். மூளை சிதறினாலும், மூக்கும், கழுத்தும் விழுப்புரத்திலிருந்து வாங்கி வந்த போட்டோவின் ஃபோட்டோவுடன் ஒத்துப்போனது.

இவன்தான் வேதாச்சலம். இவன்தான் திலக். மாடியிலிருந்து குதித்து தற்கொலை. ஏன்?

‘கடவுளே! விசுவம் ஏன் தற்கொலை செய்து கொண்டான்?’ கொலைக்குற்றத்திலிருந்து சுத்தமாகத் தப்பித்திருந்த இந்த ‘திலக் வேதாச்சலம்’ ஏன் தற்கொலை செய்து கொண்டான்?

‘எத்தனை குழப்பங்கள்! இப்போது நான் என்ன செய்ய வேண்டும்?’

மறுநாள் பரத்திற்கு அந்தக் கடிதம் வந்தது.

பரத்,

நிரபராதி குற்றவாளி ஆவான். கொலை தற்கொலையாகும். சட்டத்திற்குத் தேவை சாட்சிகளும், சாட்சியங்களுமே, சத்தியங்கள் அல்ல. நான்... இன்றைக்கு இந்த நிமிடத்தில் தண்டிக்கப்பட வேண்டியவன். நமது ஓட்டைச்சட்டம் என்னை நெருங்கும் முன் என் மரணத்தை நானே நெருங்கிப் போகிறேன். உதவிகளுக்கு நன்றிகள்.

விசுவம்.

பரத் ரொம்ப நேரம் அந்தக் கடிதத்தையே பார்த்துக் கொண்டிருந்தான்.

‘கொலை தற்கொலையாகும். இந்த நிமிடம் நான் தண்டிக்கப்பட வேண்டியவன்.’ இவற்றின் அர்த்தம் என்ன?

‘தற்கொலை’ - திலக் செய்தது. அது... அது... இல்லையா? கொலையா?

‘நான் தண்டிக்கப்பட வேண்டியவன்’ ஏன் இவர்... இவர்... செய்தாரா?

எப்படி? ஏன்?

கடைசி இரண்டு கேள்விகளை எடுத்துக் கொண்டு பரத் புறப்பட்டு, காரை விசுவத்தின் பங்களாவில் விட்டு விட்டு டெபுடி கமிஷனரின் அலுவலகத்திற்குச் சென்று அனுமதி பெற்று உள்ளே நுழைந்தான்.

“ஐயாம் பரத், லாயர், நியூ ஆவடி ரோடு, கீதா கொலை வழக்கு சம்மந்தமா சில உண்மைகளைச் சொல்லணும் சார் உங்கக்கிட்டே. அது என் கடமை.”

“உட்காருங்க, சொல்லுங்க” என்றார் ஹரிஹரன்.

முற்றும்

www.ingramcontent.com/pod-product-compliance
Lightning Source LLC
LaVergne TN
LVHW100252051026
849517LV00006B/2069